ആപേക്ഷികതാ സിദ്ധാന്തം

aapekshikatha sidhantham

•

dr. m n sreedharan nair

•

first edition
january 2015

•

second edition
december 2016

•

third edition
december 2018

•

second impression
january 2021

•

typesetting & published
chintha publishers, thiruvananthapuram

•

cover
midas

വിതരണം

ദേശാഭിമാനി ബുക്ക് ഹൗസ്

H O തിരുവനന്തപുരം-695 035
Ph: 0471-2303026, 6063020
www.chinthapublishers.com
chinthapublishers@gmail.com

ബ്രാഞ്ചുകൾ

ഹെഡ്ഡാഫീസ് ബ്രാഞ്ച് കുന്നുകുഴി • സ്റ്റാച്യു തിരുവനന്തപുരം • കെ എസ് ആർ ടി സി ബസ് സ്റ്റേഷൻ ആലപ്പുഴ • കെ എസ് ആർ ടി സി ബസ് സ്റ്റേഷൻ എറണാകുളം • ഐ ജി റോഡ് കോഴിക്കോട് • മാവൂർ റോഡ് കോഴിക്കോട് • എൻ ജി ഒ യൂണിയൻ ബിൽഡിങ് കണ്ണൂർ • സെൻട്രൽ ബസ് ടെർമിനൽ കോംപ്ലക്സ് താവക്കര കണ്ണൂർ

CR - VV. 116 / 1929 / 4793
ISBN - 978-93-85018-63-3

ആപേക്ഷികതാ സിദ്ധാന്തം

ഡോ. എം എൻ ശ്രീധരൻ നായർ

ചിന്ത പബ്ലിഷേഴ്സ്
തിരുവനന്തപുരം-695 035

ഡോ. എം എൻ ശ്രീധരൻ നായർ

മാവേലിക്കരയിലെ ചുനക്കരയിൽ ജനിച്ചു. പിതാവ്: നാരാ യണൻ നായർ. മാതാവ്: ഗൗരിഅമ്മ.

ചുനക്കര ഗവ. ഹൈസ്കൂൾ, പന്തളം എൻ എസ് എസ് കോളേജ്, തിരുവനന്തപുരം യൂണിവേഴ്സിറ്റി കോളേജ് എന്നിവിടങ്ങളിൽ വിദ്യാഭ്യാസം. 1964 ൽ എം എസ് സി പാസായി. 1982 ൽ 'സൈദ്ധാന്തിക ഭൗതികത്തിൽ (Theo-retical Physics) പി എച്ച് ഡി ബിരുദം നേടി. തിരുവനന്ത പുരം മഹാത്മാഗാന്ധി കോളേജിൽ അദ്ധ്യാപകജീവിതം ആരംഭിച്ചു. 1987–1989 കാലയളവിൽ കൊട്ടിയം എൻ എസ് എസ് കോളേജിൽ പ്രിൻസിപ്പലായിരുന്നു. 1997 ൽ കോളേജ് സർവ്വീസിൽനിന്നും വിരമിച്ചു.

നിരവധി ഗവേഷണപ്രബന്ധങ്ങൾ, ശാസ്ത്രലേഖനങ്ങൾ, ശാസ്ത്രപുസ്തകങ്ങൾ എന്നിവ പ്രസിദ്ധീകരിച്ചിട്ടുണ്ട്. *സയൻസ് ഇന്ത്യ* എന്ന മാസികയുടെ മുഖ്യ പത്രാധിപരാ യിരുന്നു. തിരുവനന്തപുരം ബോധാനന്ദകേന്ദ്രത്തിന്റെ പ്രസി ഡന്റാണ്. നിരവധി ശാസ്ത്രസെമിനാറുകളുടെയും ശില്പ ശാലകളുടെയും സംഘാടകൻ.

ഭാര്യ   : എൻ പ്രസന്നകുമാരി (റിട്ട. പ്രൊഫസർ)
മക്കൾ   : ജയകൃഷ്ണൻ എസ് നായർ
            ഹരികൃഷ്ണൻ എസ് നായർ (അമേരിക്ക)
            ഡോ. ജയശ്രീ എസ് നായർ
വിലാസം : 23, രാജലക്ഷ്മി നഗർ
            പട്ടം, തിരുവനന്തപുരം 695004
ഫോൺ   : 0471 – 2543616
            9387803920

ഉള്ളടക്കം

പ്രസാധകക്കുറിപ്പ്

$E = mc^2$. ദ്രവ്യവും ഊർജ്ജവും തമ്മിലുള്ള ബന്ധം വെളിപ്പെടു ത്തുന്ന ഈ സമവാക്യം ശാസ്ത്രലോകത്തെ കീഴ്മേൽ മറിച്ച ആൽബർട്ട് ഐൻസ്റ്റൈൻ എന്ന വിശ്വ ശാസ്ത്രപ്രതിഭയുടേതായിരുന്നു. മാക്സ് പ്ലാങ്കിന്റെ ക്വാണ്ടം സങ്കല്പത്തെ ഭൗതികത്തിന്റെ സവിശേഷ ശാഖയായി രൂപപ്പെടുത്തിയ ഐൻസ്റ്റൈന്റെ മറ്റൊരു സംഭാവനയാണ് ആപേ ക്ഷികതാ സിദ്ധാന്തം. ആപേക്ഷികതാ സിദ്ധാന്തത്തിന്റെ യുക്തി മനസ്സി ലാക്കാതെ പലരും യാന്ത്രികമായാണ് അതിനെ ഉൾക്കൊള്ളാൻ ശ്രമിക്കു ന്നത്. ചലനം എന്നത് ആപേക്ഷികതയയാണെന്ന വസ്തുത ഐൻസ്റ്റൈൻ സ്ഥാപിച്ചു. ആപേക്ഷികതാ സിദ്ധാന്തത്തെപ്പറ്റി സാമാന്യ ധാരണ രൂപീ കരിക്കാൻ ആഗ്രഹിക്കുന്ന വിദ്യാർത്ഥികൾക്കും സാധാരണ വായന ക്കാർക്കും ഒരുപോലെ പ്രചോദനം ലഭിക്കുന്ന പുസ്തകമാണിത്. ഡോ. എം എൻ ശ്രീധരൻനായർ ശാസ്ത്രതത്ത്വങ്ങളെ ലളിതമായി വ്യാഖ്യാനി ക്കുന്നതിൽ കഴിവു തെളിയിച്ചിട്ടുള്ളയാളാണ്. വിജ്ഞാനവർഷം പരമ്പര യിലെ ഈ പുസ്തകവും നിങ്ങൾ ഇരുകൈ നീട്ടി സ്വീകരിക്കു മെന്നുറപ്പുണ്ട്.

ചിന്ത പബ്ലിഷേഴ്സ്

മുഖവുര

ഐൻസ്റ്റൈന്റെ 'അത്ഭുത വർഷം' (Einstein's Miraculous Year) എന്ന പേരിൽ ലോകമെങ്ങും ആഘോഷപൂർവ്വം കൊണ്ടാടിയ വർഷമായിരുന്നു 2005. ആൽബർട്ട് ഐൻസ്റ്റൈൻ എന്ന മഹാപ്രതിഭാശാലി തന്റെ വൈവിദ്ധ്യമാർന്ന സൈദ്ധാന്തിക സംഭാവനകൾകൊണ്ട് ഭൗതിക ശാസ്ത്രത്തെ ആകെ വിപ്ലവകരമായി മാറ്റിമറിച്ചതിന്റെ 100-ാം വാർഷികമായിരുന്നു അത്. 1900-ാമാണ്ടിൽ ക്വാണ്ടം സിദ്ധാന്തം പിറവിയെടുത്തു. മാക്സ് പ്ലാങ്കിന്റെ (Max Planck) ക്വാണ്ടം സങ്കല്പത്തെ സൈദ്ധാന്തിക ഭൗതികത്തിന്റെ ഒരു സവിശേഷ ശാഖയായി രൂപപ്പെടുത്തുന്നതിൽ നിർണ്ണായകമായ പങ്കുവഹിച്ച ആൽബർട്ട് ഐൻസ്റ്റൈൻ തന്നെയാണ് 20-ാം നൂറ്റാണ്ടിൽ ഭൗതികശാസ്ത്രരംഗത്ത് അരങ്ങേറിയ രണ്ടാമത്തെ മഹാസംഭവമെന്ന് വിശേഷിപ്പിക്കപ്പെടുന്ന ആപേക്ഷികതാ സിദ്ധാന്തത്തിന്റെ ഉപജ്ഞാതാവ്. 1905 ൽ *വിശിഷ്ട ആപേക്ഷികതാ സിദ്ധാന്തവും (Special Theory of Relativity)* 1916 ൽ *സാമാന്യ ആപേക്ഷികതാ സിദ്ധാന്തവും (General Theory of Relativity)* പ്രസിദ്ധീകരിക്കപ്പെട്ടു. ഐൻസ്റ്റൈന്റെ പ്രശസ്തി വാനോളം ഉയർത്താൻ പോന്ന സംഭവങ്ങളായിരുന്നു ഇവ. പ്രശസ്തി വർദ്ധിച്ചതോടെ സ്വസ്ഥത നഷ്ടപ്പെട്ടെന്നും, മാധ്യമ റിപ്പോർട്ടർമാർ തന്നെ വേട്ടയാടുകയാണെന്നും ഐൻസ്റ്റൈൻ പരാതിപ്പെട്ടു. 'ബുദ്ധിശൂന്യമായ ചോദ്യങ്ങൾക്ക് പലപ്പോഴും വിലകുറഞ്ഞ നർമ്മരസം കലർന്ന മറുപടികൾ' നൽകേണ്ടി വന്നുവെന്നതാണ് ഐൻസ്റ്റൈനെ ഏറെ വിഷമിപ്പിച്ചത്. ന്യൂട്ടന്റെ സിദ്ധാന്തങ്ങളെ തള്ളിപ്പറഞ്ഞ ഐൻസ്റ്റൈൻ സ്ഥലകാല സങ്കല്പങ്ങൾ അപ്പാടെ തിരുത്തി എഴുതി ചരിത്രം സൃഷ്ടിച്ചു. ദ്രവ്യവും ഊർജ്ജവും തമ്മിലുള്ള ബന്ധം വെളിവാക്കുന്ന $E = Mc^2$ എന്ന സമവാക്യം, സർവ്വ

സംഹാരശേഷിയുള്ള അണുബോംബിന്റെ നിർമ്മാണത്തിനു വഴിതെ ളിച്ചു എന്ന പേരുദോഷത്തിന്റെ പശ്ചാത്തലത്തിൽ പില്ക്കാലത്ത് സമാ ധാന ദൂതനായി പ്രത്യക്ഷപ്പെട്ടു. ഇരുപതാം നൂറ്റാണ്ടിലെ ഏറ്റവും പ്രഗ ത്ഭനും പ്രശസ്തനും ആയ ശാസ്ത്രജ്ഞൻ മഹാനായ മനുഷ്യസ്നേ ഹിയുമായിരുന്നെന്ന് ചരിത്രം വിലയിരുത്തുന്നു. അണുവായുധ നിരോ ധനം തുടങ്ങി സമാധാനത്തിനുവേണ്ടിയുള്ള പല അന്താരാഷ്ട്ര പദ്ധ തികളെയും ഐൻസ്റ്റൈൻ പിന്തുണയ്ക്കുകയുണ്ടായി. പ്രശസ്തിക്കെ ന്നപോലെ അധികാരത്തിനും അശേഷം മോഹമില്ലാത്ത വ്യക്തിത്വമാ യിരുന്നു ഐൻസ്റ്റൈന്റേത്. ഇസ്രായേൽ രാഷ്ട്രം നിലവിൽവന്നതിനു ശേഷം അതിന്റെ രണ്ടാമത്തെ പ്രസിഡന്റുപദം ഐൻസ്റ്റൈനെ തേടി യെത്തി. എന്നാൽ അദ്ദേഹം അത് നിരസിക്കുകയാണ് ചെയ്തത്.

ആപേക്ഷികതാ സിദ്ധാന്തം അതിന്റെ സമഗ്രതയിൽ അവതരിപ്പി ക്കാൻ ഗണിതശാസ്ത്രത്തിന്റെ സഹായം ആവശ്യമാണ്. വിദ്യാർത്ഥി കൾക്കുപുറമെ സാമാന്യ വായനക്കാരെക്കൂടി ലക്ഷ്യമാക്കുന്ന ഈ കൃതിയിൽ ഗണിതവും ഗണിതീയ സമീകരണങ്ങളും മിക്കവാറും ഒഴി വാക്കിയിരിക്കുകയാണെന്നുതന്നെ പറയാം.

ഡോ. എം എൻ ശ്രീധരൻ നായർ

സ്ഥിതിയുടെയും ചലനത്തിന്റെയും ആപേക്ഷികത

നമ്മുടെ ദിശാകല്പന ആപേക്ഷികമാണല്ലോ. കിഴക്കോട്ട് തിരി ഞ്ഞുനില്ക്കുന്ന ആളിന്റെ ഇടതുവശത്തുള്ള വൃക്ഷം പടിഞ്ഞാറോട്ടഭി മുഖമായി നില്ക്കുന്ന ആളിനെ സംബന്ധിച്ചിടത്തോളം വലതുവശത്താ ണല്ലോ. നമ്മൾ നില്ക്കുന്നതും, നടക്കുന്നതും, ഇരിക്കുന്നതുമെല്ലാം തല മുകളിലേക്ക് എന്ന സ്ഥിതിയിലാണെങ്കിലും ഭൂമിയുടെ ഭ്രമണഗതിയിൽ നാം തലകീഴായി നില്ക്കാനും സാദ്ധ്യത ഉണ്ടല്ലോ. വശങ്ങളിലേക്ക് തിര ശ്ചീനമായി നില്ക്കാനും സാദ്ധ്യത ഉണ്ടെന്ന് ഊഹിക്കാവുന്നതേയുള്ളൂ. എന്നാൽ വിചിത്രമായി തോന്നാവുന്ന ഈ സ്ഥിതിവിശേഷങ്ങളെപ്പറ്റി നാം ബോധവാന്മാരല്ല. അതുപോലെതന്നെ നമ്മുടെ പരിസരത്തുള്ള വസ്തുക്കളുടെ സ്ഥിതിയുമായി താരതമ്യം ചെയ്താണ് നാം നമ്മുടെ സ്ഥിതി വിലയിരുത്തുന്നത്. ഇങ്ങനെ ചിന്തിച്ചാൽ 'സ്ഥിതി'യുടെ ആപേ ക്ഷികത ബോദ്ധ്യമാകും.

ഭൂമിയിലുള്ള എല്ലാ വസ്തുക്കളും ഭൂമിയോടൊപ്പം ചലനഗതിയിലാ ണെന്ന കാര്യത്തിൽ സംശയമില്ലല്ലോ. ഭൂമി അതിന്റെ അച്ചുതണ്ടിൽ ചംക്രണം ചെയ്യുന്നു. കൂടാതെ സൗരയൂഥത്തിലെ മറ്റു ഗ്രഹങ്ങളെപ്പോലെ സൂര്യനുചുറ്റും നിശ്ചിത പഥത്തിലൂടെ ഭ്രമണം ചെയ്യുന്നു. ഭ്രമണപഥം തന്നെയും ചംക്രണം ചെയ്യുന്നുണ്ട്. സൂര്യനുൾപ്പെടെയുള്ള സൗരയൂഥം മൊത്തത്തിൽ ചലിക്കുന്നുണ്ടെന്നുമാത്രമല്ല, അതിനെ ഉൾക്കൊള്ളുന്ന ആകാശഗംഗ (Milkyway) എന്ന ഗാലക്സി (Galaxy)യും അത് അംഗ മായിട്ടുള്ള ഗാലക്സി സമൂഹവും ചലനഗതിയിലാണ്.

വീട്ടിലെ കസേരയിൽ നിശ്ചലനായി ഇരിക്കുമ്പോഴും കട്ടിലിൽ അന ങ്ങാതെ സ്വസ്ഥനായി കിടക്കുമ്പോഴും ഇത്തരം സങ്കീർണ്ണമായ ഒരു ചല നാവസ്ഥയിലാണ് താനെന്ന് ഒരാളും അറിയുന്നില്ല.

നമുക്ക് പരിചയമുള്ള മറ്റൊരു വസ്തുത: അടുത്തടുത്ത് നിലകൊ
ള്ളുന്ന രണ്ടുവാഹനങ്ങളിൽ ഒന്നിൽ നിങ്ങളിരിക്കുന്നു. സമീപത്തുള്ള
മറ്റേ വാഹനം പതുക്കെ മുന്നോട്ട് നീങ്ങിത്തുടങ്ങുന്നു. അതിലേക്ക്
നോക്കിയാൽ നിങ്ങളിരിക്കുന്ന വാഹനമല്ലേ നീങ്ങുന്നത് എന്നു തോന്നും.
മുന്നോട്ടോടുന്ന തീവണ്ടിയിലിരുന്ന് പുറത്തേക്ക് നോക്കിയാൽ വെളിയിൽ
കാണുന്ന വീടുകളും വൃക്ഷങ്ങളും എല്ലാം പുറകോട്ട് പോകുന്നതായി
തോന്നാറില്ലേ. പലപ്പോഴും കുട്ടികൾ ഇത് യഥാർത്ഥമാണെന്ന് വിശ്വസി
ക്കാറുണ്ട്.

സൂര്യൻ പ്രഭാതത്തിൽ കിഴക്കുദിച്ച്, പടിഞ്ഞാറോട്ട് സഞ്ചരിച്ച്
സന്ധ്യാസമയത്ത് പടിഞ്ഞാറൻ ചക്രവാളത്തിൽ അസ്തമിക്കുന്നുവെന്നാ
ണല്ലോ നമ്മുടെ അനുഭവം. പക്ഷേ, ശാസ്ത്രീയമായി മനുഷ്യൻ കണ്ടെ
ത്തിയ സത്യം അതല്ലല്ലോ. സ്വന്തം അച്ചുതണ്ടിൽ വിപരീതദിശയിലേ
ക്കുള്ള ഭൂമിയുടെ ഭ്രമണം ഈ പ്രതീതി സൃഷ്ടിക്കുകയാണെന്ന് ഇന്ന്
ഏവർക്കുമറിയാം. ദിനരാത്രങ്ങൾ ഉണ്ടാകുന്നതിന്റെ രഹസ്യം അതാ
ണെന്നും അറിയാം.

ഈ അനുഭവങ്ങൾ വെളിപ്പെടുത്തുന്നത് ചലനം ആപേക്ഷികമാ
ണെന്ന വസ്തുതയാണ്. ചലനങ്ങളുടെ ഈ ആപേക്ഷികതയാണ്
ഐൻസ്റ്റൈന്റെ ആപേക്ഷികതാ സിദ്ധാന്തത്തിന്റെ പ്രമേയം.

സ്ഥിരവേഗതയിൽ സഞ്ചരിക്കുന്ന നിരീക്ഷകരും ത്വരണഗതിയി
ലുള്ള നിരീക്ഷകരും ഭൗതിക പ്രതിഭാസങ്ങളെയും അവയ്ക്കാധാരമായ
നിയമങ്ങളെയും എങ്ങനെ ആയിരിക്കും ദർശിക്കുന്നതെന്ന് പ്രതിപാദി
ക്കുന്ന വ്യത്യസ്ത സിദ്ധാന്തങ്ങളാണ് യഥാക്രമം വിശിഷ്ടാപേക്ഷികതാ
സിദ്ധാന്തവും, സാമാന്യാപേക്ഷികതാ സിദ്ധാന്തവും. ആദ്യത്തേത് 1905
ലും രണ്ടാമത്തേത് 1915 ലും പ്രസിദ്ധീകരിക്കപ്പെട്ടു.

ഒരു മിഥ്യാ ധാരണ

ആപേക്ഷികതാ സിദ്ധാന്തത്തെപ്പറ്റി ഒരു മിഥ്യാ ധാരണ നിലവിലു
ണ്ട്. "സകലതും ആപേക്ഷികമാണ്" എന്ന സങ്കല്പത്തിലധിഷ്ഠിതമാണ്
അത് എന്നതാണ് ആ ധാരണ. എന്നാൽ, നിഷ്കൃഷ്ടമായ അർത്ഥവ്യാ
പ്തിയാണ് 'ആപേക്ഷികത' എന്ന വാക്കിന് ഐൻസ്റ്റൈൻ കല്പിച്ചിട്ടു
ള്ളത് എന്ന വസ്തുത ശ്രദ്ധേയമാണ്. പ്രശസ്ത പാശ്ചാത്യ ദാർശനി
കൻ ഇമ്മാനുവൽ കാന്റ് (Immanuel Kant) സ്ഥലകാലങ്ങൾ വ്യക്തി
നിഷ്ഠമാണെന്ന് അഭിപ്രായപ്പെട്ടിട്ടുണ്ട്. ഈ വീക്ഷണത്തിന് പിന്തുണ
യേകുന്ന ശാസ്ത്രീയ സമീപനമെന്ന് പലരും വിശ്വസിക്കുന്നു. എന്നാൽ
ഇന്ദ്രിയങ്ങളെയും മനസ്സിനെയും ആശ്രയിച്ചുള്ള സമീപനമല്ല ഇവിടെ
സ്വീകരിച്ചിട്ടുള്ളത്. ആപേക്ഷികതാ സിദ്ധാന്തത്തിലെ 'നിരീക്ഷകൻ'
(observer) ഒരു വ്യക്തി ആകണമെന്നു തന്നെ നിർബ്ബന്ധമില്ല. നിരീക്ഷ
ണത്തിനുതകുന്ന ഏതെങ്കിലും ഉപകരണ സംവിധാനവും 'നിരീക്ഷകൻ'
ആകാം.

ന്യൂട്ടൺ, മാക്സ്വെൽ, ഐൻസ്റ്റൈൻ

താൻ വിദ്യാർത്ഥി ആയിരുന്ന കാലത്തു തന്നെ ഏറ്റവും ആകർഷിച്ച ഒരു വിഷയം മാക്സ്വെല്ലിന്റെ 'ഇലക്ട്രോ മാഗ്ന റ്റിക്' സിദ്ധാന്തം ആയിരുന്നുവെന്ന് ഐൻസ്റ്റൈൻ പില്ക്കാ ലത്ത് രേഖപ്പെടുത്തിയിട്ടുണ്ട്. അതേസമയം ന്യൂട്ടണുമായി വിയോജിപ്പും പ്രകടമാക്കിയിട്ടുണ്ട്. ഒരു വസ്തു അകലെയുള്ള മറ്റൊരു വസ്തുവിൽ ഗുരുത്വാകർഷണബലം പ്രയോഗിക്കു ന്നുവെന്നാണല്ലോ ന്യൂട്ടന്റെ സിദ്ധാന്തം. ഇത് മനസ്സിലാക്കാൻ വിഷമമമുള്ള കാര്യമാണത്രെ. മാക്സ്വെൽ തന്റെ സിദ്ധാന്ത ത്തിലൂടെ ബലക്ഷേത്രം (force field) എന്ന സങ്കല്പം ആവി ഷ്കരിക്കുകയുണ്ടായി. ഇതനുസരിച്ച് ഒരു വസ്തു അതിനു ചുറ്റുമുള്ള സ്ഥല-കാല മേഖലയിൽ ഒരു ബലമണ്ഡലം അഥവാ ബലക്ഷേത്രം (force field) സൃഷ്ടിക്കുന്നു. ഇതിൽ സ്ഥിതി ചെയ്യുന്നതോ അകപ്പെടുന്നതോ ആയ മറ്റൊരു വസ്തു വിന്റെ ചലനഗതി അത് ആകർഷിക്കപ്പെടുന്നു എന്ന പ്രതീതി സൃഷ്ടിക്കുന്നു എന്നു പറയുന്നതാവും ശരി. പ്രകാശത്തെ ഇലക്ട്രോ മാഗ്നറ്റിക് പ്രതിഭാസമായി ചിത്രീകരിക്കുന്നു എന്നത് മാക്സ്വെൽ സിദ്ധാന്തത്തിന്റെ മറ്റൊരു ആകർഷക മായ വശമാണ്.

ഭാഗം - 1

വിശിഷ്ടാപേക്ഷികതാ സിദ്ധാന്തം
(Special Theory of Relativity)

1. നിലവിലുണ്ടായിരുന്ന ഭൗതികശാസ്ത്ര പശ്ചാത്തലം

സ്ഥലകാലങ്ങൾ കേവലം (absolute) ആണെന്ന സങ്കല്പത്തിലാണ് ഭൗതികശാസ്ത്ര നിയമങ്ങൾ ആവിഷ്കരിക്കപ്പെട്ടിരുന്നത്. ഈ നിയമ ങ്ങൾ സ്ഥിരവേഗതയിൽ സഞ്ചരിക്കുന്ന എല്ലാ നിരീക്ഷകർ (observ-ers) ക്കും ഒരുപോലെ ബാധകമാണെന്നും ആയിരുന്നു സങ്കല്പം. അതാ യത് എല്ലാ പ്രപഞ്ച വ്യാപാരങ്ങളെയും സംഭവങ്ങളെയും വിലയിരുത്തേ ണ്ടത് ഒരേ നിയമങ്ങളുടെ അടിസ്ഥാനത്തിലായിരിക്കണം. അതനുസ രിച്ച് ഒരു സംഭവത്തിന്റെ സ്ഥലകാല വിവരണത്തിന് രണ്ടു വ്യത്യസ്ത നിരീക്ഷകർ ആശ്രയിക്കുന്ന നിർദ്ദേശാങ്കങ്ങൾ (co-ordinates) ഗലീലി യൻ രൂപാന്തരണ (transformation) സമ്പ്രദായപ്രകാരം ആയിരിക്കും ബന്ധപ്പെട്ടിരിക്കുന്നത്. അവ തമ്മിലുള്ള ബന്ധം ഇങ്ങനെ ആയിരിക്കും:

$$x' = x - vt, \quad y' = y, \quad z' = z, \quad t' = t ..... (1)$$

ഇവിടെ $s(x, y, z, t)$, $s'(x', y', z', t')$ എന്ന രണ്ടു നിർദ്ദേശാങ്കവ്യൂഹ ങ്ങൾ (coordinate systems) തമ്മിലുള്ള ബന്ധമാണ് കാണിച്ചിട്ടുള്ളത്. ഒരു നിരീക്ഷകൻ s-ലും, മറ്റേ നിരീക്ഷകൻ s'-ലും സ്ഥിതിചെയ്യുന്നതാ യിട്ടാണ് സങ്കല്പം. s ഒരു സ്ഥാനത്ത് സ്ഥിതിചെയ്യുന്നതായിട്ടും, s' അതിനെ അപേക്ഷിച്ച് v എന്ന സ്ഥിരവേഗതയിൽ x-ദിശയിൽ സഞ്ചരി ക്കുന്നതായും സങ്കല്പിച്ചിരിക്കുന്നു.

2. മൈക്കൽസൺ-മോർലി പരീക്ഷണം

ചലനത്തെ സംബന്ധിക്കുന്ന ന്യൂട്ടോണിയൻ ആപേക്ഷികത ഗലീ ലിയൻ രൂപാന്തരണ സമവാക്യങ്ങൾക്കനുസൃതമാണ്. എന്നാൽ ബല തന്ത്ര നിയമങ്ങൾക്ക് ഈ സമവാക്യങ്ങൾ ബാധകമാണെങ്കിലും മറ്റു

സന്ദർഭങ്ങളിൽ, വിശേഷിച്ചും ഇലക്ട്രോ ഡൈനാമിക്സിൽ, മാക്സ് വെല്ലിന്റെ സുപ്രധാന ഇലക്ട്രോമാഗ്നറ്റിക് സമീകരണങ്ങൾ ഗലീലിയൻ രൂപാന്തരണ സമവാക്യങ്ങൾക്കനുസൃതമല്ല. s-വ്യൂഹത്തിൽനിന്ന് s^1-വ്യൂഹത്തിലേക്ക് മാറുമ്പോൾ അവയ്ക്ക് രൂപമാറ്റം സംഭവിക്കും. അതാ യത് രണ്ടു വ്യത്യസ്ത നിരീക്ഷകർ അവയെ ഒരുപോലെയല്ല കാണു ന്നത്. പ്രസ്തുത വ്യൂഹങ്ങളിൽ പ്രകാശവേഗത വ്യത്യസ്തമായിരിക്കുന്ന താകാം ഇതിനുകാരണം എന്നായിരുന്നു ഈ സ്ഥിതിവിശേഷത്തിൽ നിന്നുള്ള നിഗമനം.

ഈ നിഗമനം ശരിയാണോ എന്ന് പരീക്ഷിച്ചറിയുന്നതിനുവേണ്ടി വളരെ വിദഗ്ദ്ധമായി ഒരു പരീക്ഷണം ആസൂത്രണം ചെയ്തു നടപ്പിലാ ക്കുകയുണ്ടായി. അമേരിക്കയ്ക്ക് ഭൗതികശാസ്ത്രത്തിനുള്ള ആദ്യത്തെ നോബൽ സമ്മാനം നേടിക്കൊടുത്ത ആൽബർട്ട് എ മൈക്കൽസണും, സഹായി മോർലിയും ചേർന്നാണ് 1887 ൽ പ്രസ്തുത പരീക്ഷണം നടത്തി യത്. പരീക്ഷണഫലം നിരാശാജനകമായിരുന്നു. എല്ലാ ദിശകളിലും പ്രകാശവേഗത തുല്യമാണെന്നു കണ്ടു. അതുപോലെതന്നെ നിരീക്ഷ കനെ അപേക്ഷിച്ച് പ്രകാശസ്രോതസിനോ, പ്രകാശം സഞ്ചരിക്കുന്ന മാദ്ധ്യമത്തിനോ ഉണ്ടായേക്കാവുന്ന സ്ഥിരവേഗത പ്രകാശവേഗതയെ ബാധിക്കുന്നില്ലെന്നും ഈ പരീക്ഷണത്തിലൂടെ വ്യക്തമായി. ഈ പരീ ക്ഷണഫലങ്ങൾ ഭൗതികശാസ്ത്രജ്ഞരെ വല്ലാതെ വിഷമിപ്പിക്കുകയു ണ്ടായി.

മൈക്കൽസൺ നോബൽ സമ്മാനം നേടുന്നു

മൈക്കൽസൺന്റെ പരീക്ഷണഫലം ഐൻസ്റ്റൈൻ തന്റെ വിശി ഷ്ടാപേക്ഷികതാ സിദ്ധാന്തം പ്രസിദ്ധീകരിക്കാൻ ധൈര്യമേകി. കാരണം പ്രകാശവേഗതയുടെ കേവല സ്വഭാവം (absolute nature) വ്യക്തമാക്കുന്നതായിരുന്നു ഈ പരീക്ഷണഫലം. ആപേക്ഷികതാസിദ്ധാന്തത്തിന്റെ അടിസ്ഥാന പ്രമാണങ്ങളിലൊ ന്നാണ് പ്രകാശവേഗത ഒരു കേവല സ്ഥിരരാശി ആണെന്നത്. സ്വയം രൂപകല്പന ചെയ്തു നിർമ്മിച്ച 'ഇന്റർഫെറോ മീറ്റർ' (Interfero meter) ഉപയോഗിച്ചായിരുന്നു മൈക്കൽസൺ പരീ ക്ഷണം നടത്തിയത്. ഇന്റർഫെറോമീറ്ററിന്റെ കണ്ടുപിടിത്ത ത്തിനും അതുപയോഗിച്ചുനടത്തിയ ഏതാനും ചരിത്രപ്രധാനമായ പരീക്ഷണങ്ങൾക്കുമായി മൈക്കൽസൺ 1907 ലെ നോബൽ സമ്മാനം നല്കപ്പെട്ടു. അമേരിക്കയ്ക്കു ലഭിക്കുന്ന ആദ്യത്തെ നോബൽ സമ്മാനമായിരുന്നു അത്. യൂറോപ്പിൽ നിന്നും കുടി യേറിപ്പർത്ത് അമേരിക്കൻ പൗരത്വം നേടിയ വ്യക്തിയായിരുന്നു മൈക്കൽസൺ എന്നുള്ളത് ഇവിടെ സ്മരണീയമാണ്.

3. ഈഥർ എന്ന സാങ്കല്പിക മാദ്ധ്യമം

1887 ൽ മോർലി (Morley)യുടെ സഹായത്തോടെ മൈക്കൽസൺ (Michelson) ഒരു പരീക്ഷണം ആസൂത്രണം ചെയ്യുകയുണ്ടായി എന്ന് മുകളിൽ പറഞ്ഞുവല്ലോ. 'സർവ്വവ്യാപി' എന്ന് സങ്കല്പിക്ക പ്പെട്ടിരുന്ന ഈഥർ (Ether) എന്ന മാധ്യമത്തിന്റെ സാന്നിധ്യം തെളിയി ക്കുക എന്നതായിരുന്നു ലക്ഷ്യം. നൂറ്റാണ്ടുകളായി നിലനിന്ന ഒരു വിശ്വാസമനുസരിച്ച് പ്രപഞ്ചം മുഴു വൻ വ്യാപിച്ചുകിടക്കുന്ന ഒരു സാങ്കല്പിക മാദ്ധ്യമമായിരുന്നു ഈഥർ. ഗ്രഹങ്ങൾ ഉൾപ്പെടെയുള്ള പ്രപഞ്ചഗോളങ്ങൾ ഈഥറിലൂടെ ഓളങ്ങളും തിരകളും സൃഷ്ടിച്ചു കൊണ്ടാണ് നീങ്ങുന്നത് എന്നായി

മൈക്കൽസൺ

രുന്നു സങ്കല്പം. പ്രകാശത്തെ സംബന്ധിച്ച ക്രിസ്റ്റ്യൻ ഹൈജൻസിന്റെ (Christian Hygens) തരംഗസിദ്ധാന്തം (Wave theory) പൊതുവെ സ്വീ കരിക്കപ്പെട്ടിരുന്നു. ന്യൂട്ടന്റെ കണസിദ്ധാന്തത്തിന് (corpuscular theory) വെല്ലുവിളി ഉയർത്തുന്നതായിരുന്നു തരംഗ സിദ്ധാന്തം. ശബ്ദം തരംഗ ങ്ങളായിട്ടാണല്ലോ സഞ്ചരിക്കുന്നത്. അക്കാരണത്താൽ അതിന്റെ സഞ്ചാ രത്തിന് ഒരു മാദ്ധ്യമം ആവശ്യമാണ്. അന്തരീക്ഷവായു ആണ് ശബ്ദ പ്രസരണത്തിനുള്ള മാദ്ധ്യമം. ശൂന്യതയിലൂടെ ശബ്ദം സഞ്ചരിക്കുക യില്ല.

അതുപോലെ, പ്രകാശത്തിന്റെ പല സവിശേഷതകളും വിശദീകരി ക്കാൻ പര്യാപ്തമായ തരംഗ സിദ്ധാന്തം നിലനില്ക്കണമെങ്കിൽ പ്രകാശ ത്തിന്റെ സഞ്ചാരത്തിന് ഒരു മാദ്ധ്യമം കൂടിയേ തീരൂ എന്ന് പലരും ചൂണ്ടി ക്കാട്ടി. എന്നാൽ അറിയപ്പെടുന്ന അത്തരമൊരു മാദ്ധ്യമത്തിന്റെ അസാന്നി ദ്ധ്യത്തിലും പ്രകാശം സഞ്ചരിക്കുന്നു എന്നാണ് അനുഭവം. അങ്ങ് അതി വിദൂരതയിൽ സ്ഥിതിചെയ്യുന്ന നക്ഷത്രങ്ങളിൽ നിന്നുപോലും പ്രകാശം ഭൂമിയിലെത്തുന്നുണ്ട്. അതുകൊണ്ടാണല്ലോ നമുക്ക് അവയെ കാണാൻ കഴിയുന്നത്. നക്ഷത്രങ്ങളിൽനിന്നും പുറപ്പെടുന്ന പ്രകാശം അനന്ത വിസ്തൃതമായ ശൂന്യാകാശത്തിലൂടെ സഞ്ചരിച്ചാണ് ഭൂമിയിൽ എത്തു ന്നത് എന്നും നമുക്കറിയാം. ഇതെങ്ങനെ സാദ്ധ്യമാകും?

ഈ സാഹചര്യത്തിലാണ് ഈഥർ എന്ന മാദ്ധ്യമത്തിന്റെ സങ്കല്പം ഉടലെടുത്ത്. പ്രകാശ തരംഗങ്ങൾക്കു സഞ്ചരിക്കാനായി ഒരു മാദ്ധ്യമ ത്തെ ഭാവനയിലൂടെ സൃഷ്ടിക്കുകയായിരുന്നു. തരംഗ സിദ്ധാന്തത്തോ ടൊപ്പം ഐൻസ്റ്റൈന്റെ ഫോട്ടോൺ (photon) സങ്കല്പവും നിലവിലു

ണ്ടായിരുന്നു എന്ന കാര്യവും ഓർക്കേണ്ടതുണ്ട്. കാലക്രമത്തിൽ ഈഥർ എന്ന സർവ്വവ്യാപിയായ (all pervading) മാദ്ധ്യമം യഥാർത്ഥത്തിൽ നില വിലുള്ളതാണോ എന്ന് അറിയാനുള്ള താല്പര്യം ശാസ്ത്രജ്ഞരിൽ സ്വാ ഭാവികമായും ഉണ്ടായി. ഈഥർ യഥാർത്ഥത്തിൽ ഉള്ളതാണെങ്കിൽ അതിന്റെ സാന്നിധ്യം സംശയാതീതമായി സ്ഥാപിക്കാൻ എന്തു പരീ ക്ഷണമാണ് സഹായിക്കുക എന്ന ചിന്ത പ്രബലമായി.

രസകരമായ ചില സവിശേഷതകളാണ് ഈഥറിന് കല്പിച്ചിരുന്നത്. അടിസ്ഥാനപരമായി അതൊരു ദ്രവപദാർത്ഥം (fluid) ആണ്. എന്നാൽ ഒരിടത്തുനിന്നും മറ്റൊരിടത്തേക്ക് ഒഴുകിപ്പോകാതെ അചഞ്ചലമായി നില കൊള്ളുന്നതുമാണ്.

ഭൂമിയും മറ്റു ഗ്രഹങ്ങളും ഈഥറിൽ മുങ്ങിക്കുളിച്ചായിരിക്കണമല്ലോ മുന്നോട്ടു നീങ്ങുന്നത്. ഭൂമിയെ സംബന്ധിച്ചിടത്തോളം ഈ സഞ്ചാര ത്തിന്റെ ആപേക്ഷിക വേഗത. അതായത്, ഈഥറിന് ആപേക്ഷികമായ ഭൂമിയുടെ സഞ്ചാരവേഗത എങ്ങനെ പരീക്ഷണത്തിലൂടെ കണ്ടെത്താ മെന്നതാണ് വെല്ലുവിളി ഉയർത്തിയ പ്രശ്നം. വിദഗ്ദ്ധമായി ആസൂത്രണം ചെയ്ത ഒരു പരീക്ഷണത്തിലൂടെ ആൽബെർട്ട് മൈക്കൽസൺ ഈ പ്രശ്നത്തിന് പരിഹാരം കണ്ടെത്തുകയുണ്ടായി; പ്രശ്നത്തിനു പരി ഹാരം കണ്ടെത്താൻ ശ്രമിച്ചു എന്നു പറയുന്നതാകും കൂടുതൽ ശരി.

4. പരീക്ഷണതത്വം

മൈക്കൽസൺ-മോർലി പരീക്ഷണത്തിന്റെ തത്ത്വമിതാണ്: ഭൂമി അതിന്റെ ഭ്രമണപഥത്തിലൂടെ സഞ്ചരിക്കുമ്പോൾ ഈഥറിലൂടെ ആയിരി ക്കണമല്ലോ നീങ്ങുന്നത്. ആ സ്ഥിതിക്ക്, ഒരു സ്രോതസിൽനിന്നു പുറ പ്പെടുന്ന പ്രകാശം ഒരു സ്ഥാനത്ത് എത്തി പ്രതിഫലനം സംഭവിച്ച് മടങ്ങി വന്നാൽ, അത് ഭൂമിയുടെ സഞ്ചാരദിശയിൽ സഞ്ചരിക്കാൻ എടുത്ത സമ യവും, വിപരീത ദിശയിൽ സഞ്ചരിക്കാൻ എടുത്ത സമയവും വ്യത്യസ്ത മായിരിക്കണമല്ലോ.

മടക്കയാത്രയ്ക്ക് വേണ്ട സമയം t^1, മുന്നോട്ടുള്ള യാത്രയ്ക്ക് വേണ്ട സമയം t-യെ അപേക്ഷിച്ച് കൂടുതലായിരിക്കും. അതായത്, $t^1 > t$. പരീ ക്ഷണത്തിലൂടെ സമയവ്യത്യാസം $t^1 - t$ കണ്ടുപിടിക്കാൻ കഴിഞ്ഞാൽ, ഈഥറിലൂടെയുള്ള ഭൂമിയുടെ ആപേക്ഷികവേഗത കണ്ടെത്താനാകും. മൈക്കൽസൺ-മോർലി പരീക്ഷണത്തിലൂടെ ഇത് കണ്ടെത്താൻ കഴി ഞ്ഞു.

5. പരീക്ഷണത്തിന്റെ വിശദാംശങ്ങൾ

മൈക്കൽസൺ-മോർലി പരീക്ഷണത്തിന്റെ ഒരു ഹൃസ്വമായ വിവ രണം അടിയിൽ കൊടുക്കുന്നു.

ഉപകരണസംവിധാനം ചിത്രത്തിൽനിന്നു മനസ്സിലാക്കാം. S – ഒരു പ്രകാശ സ്രോതസാണ്. A ഒരു ഗ്ലാസ് പ്ലേറ്റും, B, C എന്നിവ രണ്ടു ദർപ്പ ണങ്ങളും (Mirrors) ആകുന്നു. ഇവയെല്ലാം ദൃഢമായ ഒരു ചട്ടക്കൂടിലാ

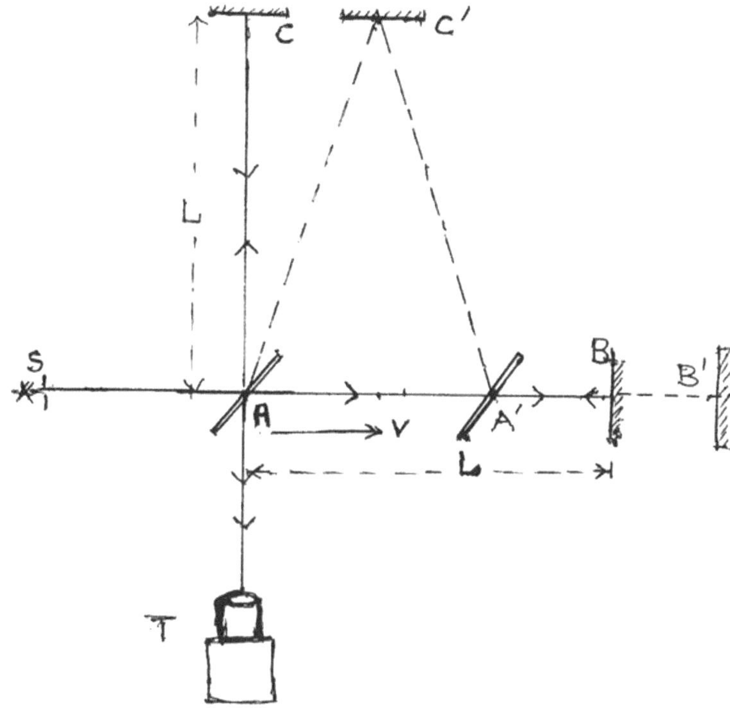

മൈക്കൽസൺ-മോർലി പരീക്ഷണത്തിനുള്ള ഉപകരണ സജ്ജീകരണം

ണുറപ്പിച്ചിരിക്കുന്നത്. ദർപ്പണങ്ങൾ B-യും, C-യും A-യിൽനിന്നും തുല്യ അകലത്തിൽ സ്ഥിതിചെയ്യുന്നു. ഈ അകലം L-ആണെന്നിരിക്കട്ടെ. sൽ നിന്നു പുറപ്പെട്ട് A-യിൽ വീഴുന്ന പ്രകാശം രണ്ടായി വിഭജിക്കപ്പെടുന്നു. ഒരു ഭാഗം സുതാര്യമായ ഗ്ലാസിലൂടെ കടന്ന് B-യിലേക്കും, മറ്റൊരുഭാഗം പ്രതിഫലനം (reflection) സംഭവിച്ച് C-യിലേക്കും സഞ്ചരിക്കുന്നു. ഇവ യഥാക്രമം B യിൽനിന്നും, C യിൽനിന്നും പ്രതിഫലിച്ച് A യിലേക്കു മട ങ്ങുന്നു. B യിലേക്ക് സഞ്ചരിച്ച് മടങ്ങിവരാൻ എടുക്കുന്ന സമയം t_1 ആണെന്നിരിക്കട്ടെ. അതുപോലെ C യിലേക്ക് പോകാനും അതിൽനിന്ന് പ്രതിഫലിച്ച് മടങ്ങിയെത്താനും വേണ്ട സമയം t_2 ആണെന്നും സങ്കല്പിക്കാം. ഇവ രണ്ടും തുല്യമാണെങ്കിൽ, അതായത് $t_1 = t_2$ ആണെങ്കിൽ s ന്റെ പ്രതിരൂപം (image) T യുടെ ദൃശ്യമേഖലയിൽ കാണാ വുന്നതാണ്. അല്പമെങ്കിലും സമയവ്യത്യാസം ഉണ്ടെങ്കിൽ മടങ്ങിയെ ത്തുന്ന പ്രകാശതരംഗങ്ങൾ കൂടിക്കലർന്ന് വ്യതികരണം (interference) സംഭവിക്കുകയും, അതിന്റെ ഫലമായി സവിശേഷമായ 'പാറ്റേൺ' (in-terference pattern) സൃഷ്ടിക്കപ്പെടുകയും ചെയ്യുന്നു. ഇത് T-യുടെ

ദൃശ്യമേഖലയിൽ കാണാവുന്നതാണ്. ഭൂമിയും, തന്മൂലം പരീക്ഷണത്തി നായി സജ്ജീകരിച്ചിട്ടുള്ള ഉപകരണസംവിധാനം ആകമാനവും AB എന്ന ദിശയിൽ സഞ്ചരിക്കുന്നതിനാൽ ഇവിടെ പരാമർശിച്ച തരത്തി ലൊരു സമയ വ്യത്യാസം സ്വാഭാവികമായും ഉണ്ടാകും. ഈ സമയവ്യ ത്യാസം കാരണം ടെലിസ്കോപ് T യിലൂടെ നോക്കുമ്പോൾ ഒരു 'വ്യ തികരണ പാറ്റേൺ' ദർശിക്കാം.

പരീക്ഷണത്തിന്റെ അടുത്ത ഘട്ടത്തിൽ ഉപകരണ സജ്ജീകരണം മൊത്തത്തിൽ 90^0 തിരിക്കുന്നു. ഇപ്പോൾ AC ചലനദിശയിലും, AB അതിനു ലംബമായും വരും. ടെലിസ്കോപ്പിന്റെ ദൃശ്യമേഖലയിൽ. അതി നാൽ വ്യതികരണപാറ്റേണിന് സ്ഥാനഭ്യംശം സംഭവിക്കേണ്ടതാണ്. എന്നാൽ അത്തരമൊരു പ്രഭാവം കാണാൻ കഴിഞ്ഞില്ല. പരീക്ഷകന് വിശ്വാസം വന്നില്ല. അതിനാൽ നിരീക്ഷണം പലതവണ ആവർത്തിച്ചു. എല്ലാത്തവണയും ഒരേ ഫലം തന്നെ കിട്ടിയതിനാൽ അതുതന്നെയാണ് ശരിയായ ഫലം എന്ന് വിശ്വസിക്കേണ്ടിവന്നു. ശാസ്ത്രചരിത്രത്തിലെ ഏറ്റവും വലിയ 'നെഗറ്റീവ് റിസൾട്ട്' (Negative Result) എന്ന് വിശേഷി പ്പിക്കപ്പെട്ട ഈ പരീക്ഷണഫലത്തിന് പല വിശദീകരണങ്ങളും പലരും നല്കുകയുണ്ടായി. ലോറന്റ്‌സ് (Lorentz), ഫിറ്റ്‌സ്ജെറാൾഡ് (Fitzger-ald) എന്നിവരിൽ നിന്നുമാണ് ഏറ്റവും ശ്രദ്ധേയമായ നിർദ്ദേശമുണ്ടായത്. ഇത് ലോറന്റ്‌സ്-ഫിറ്റ്‌ജെറാൾഡ് സങ്കോചം എന്നറിയപ്പെടുന്നു. എന്തായാലും ഈ ഫലം പ്രസിദ്ധീകരിച്ചതോടെ ഈഥർ സങ്കല്പം തള്ളിക്കളയാൻ ശാസ്ത്രലോകം നിർബ്ബന്ധിതമായി.

6. ലോറന്റ്‌സ്-ഫിറ്റ്‌സ്ജെറാൾഡ് സങ്കോചം

പ്രകാശവേഗത $(c = 3 \times 10^8$ മീ/സെ)യോടടുത്ത വേഗതയിൽ, അതാ യത് പ്രകാശവേഗതയുമായി താരതമ്യം ചെയ്യത്തക്കവണ്ണം ഉയർന്ന വേഗതയിൽ (v) സഞ്ചരിക്കുന്ന വസ്തുക്കൾക്ക് ചലനദിശയിൽ അല്പം നീളക്കുറവ് ഉണ്ടായതായി അനുഭവപ്പെടുമത്രെ. ഇവിടെ മൈക്കൽ സൺന്റെ ഉപകരണസജ്ജീകരണത്തിന്റെ ഒരു ഭുജം ഇപ്രകാരം സങ്കോച ത്തിന് വിധേയമാകുമെന്നു സാരം. L_0 എന്ന നീളം.

$$L_0 = \sqrt{1 - v^2/c^2}$$

എന്ന തോതിൽ കുറയുന്നതാണ്. ഇങ്ങനെ സംഭവിക്കുമെങ്കിൽ, കൃത്യ മായും പരീക്ഷണഫലം വിശദീകരിക്കാൻ പ്രസ്തുത സങ്കല്പം പര്യാ പ്തമാണ്. എന്നാൽ ഒരു സങ്കല്പമെന്നതിനുപരി അങ്ങനെ സംഭവിക്കു ന്നതിന് ഒരു അടിസ്ഥാനകാരണം ചൂണ്ടിക്കാട്ടാനില്ലാത്തതാണ് അതിന്റെ ന്യൂനത. ലോറന്റ്‌സും, പിന്നീട് സ്വതന്ത്രമായി ഫിറ്റ്‌സ്ജെറാൾഡും നല്കിയ വിശദീകരണമായിരുന്നു അത്. മൈക്കൽസൺന്റെ മേശ വെറുതെ സങ്കോചിക്കുന്നതെങ്ങനെ? ചിലർ ഉന്നയിച്ച ചോദ്യമതായിരുന്നു.

സർവ്വസാധാരണമായി നമുക്ക് പരിചിതമായ വസ്തുക്കളുടെ വേഗത ഈ പരിധിക്കടുത്തെങ്ങും വരാത്തതുകൊണ്ട് നിത്യജീവിതത്തിൽ

നമുക്ക് ഫിറ്റ്സ്ജെറാൾഡ് സങ്കോചം അനുഭവപ്പെടുന്നില്ല. കണക്കു കൂട്ടാൻ അല്പമൊന്നു മെനക്കെട്ടാൽ രസകരമായ ചില കാര്യങ്ങൾ ബോദ്ധ്യമാകും.

100 മീറ്റർ നീളമുള്ള ഒരു ബഹിരാകാശ വാഹനം മണിക്കൂറിൽ 40,000 കി മീ വേഗതയിൽ പറന്നു നീങ്ങുമ്പോൾ അതിന്റെ നീളത്തിനു ണ്ടായതായിട്ടനുഭവപ്പെടുന്ന സങ്കോചം വെറും 0.01 മില്ലിമീറ്റർ മാത്രമാണ്. എന്നാൽ ഒരു വസ്തുവിന് പ്രകാശവേഗതയോടടുത്ത വേഗതയിൽ, ഉദാ ഹരണത്തിന് 0.9c വേഗതയിൽ സഞ്ചരിക്കാൻ കഴിഞ്ഞാൽ അതിന്റെ നീളം 55 ശതമാനത്തോളം കുറഞ്ഞതായി തോന്നുന്നതാണ്.

ആപേക്ഷികതാ സിദ്ധാന്തവുമായി പരിചയമുണ്ടായിരുന്ന രസിക നായ ഒരജ്ഞാതകവി ചന്തുണ്ണി എന്ന വാൾപ്പയറ്റുകാരനെപ്പറ്റി എഴുതിയ വരികൾ ഓർമ്മയിൽ വരുന്നത് കവിയുടെ അനുവാദമില്ലാതെ ഇവിടെ കുറിക്കട്ടെ. വാൾപ്പയറ്റിലേർപ്പെട്ടിരിക്കെ, ചന്തുവിന്റെ വാളിന്

"ഫിറ്റ്സ്ജെറാൾഡിന്റെ സങ്കോചമുണ്ടാകയാൽ
പെട്ടെന്ന് ഖഡ്ഗം പരിചപോലായിപോൽ!"

ഇങ്ങനെ സംഭവിക്കണമെങ്കിൽ ചന്തുണ്ണി എന്തു ഭ്രമാത്മകമായ വേഗതയിലായിരിക്കണം വാൾ വീശിയത്! തീർച്ചയായും പ്രകാശവേഗ തയിൽനിന്നും വളരെ കുറഞ്ഞ വേഗതയിലായിരിക്കില്ല അതെന്ന് നിർമ ത്സരബുദ്ധികൾ സമ്മതിക്കുമെന്ന കാര്യത്തിൽ സംശയമില്ല.

7. ഐൻസ്റ്റൈൻ വിശിഷ്ടാപേക്ഷികതാസിദ്ധാന്തം ആവിഷ്കരിക്കുന്നു

മൈക്കെൽസൺ–മോർലി പരീക്ഷണത്തിന്റെയും അതേ ആശയം ഉൾക്കൊണ്ട് മറ്റുചിലർ നടത്തിയ പരീക്ഷണങ്ങളുടെയും ഫലം ഒരു വസ്തുത സംശയാതീതമായി സ്ഥാപിച്ചു എന്നു പറയാം – ഈഥറിലൂ ടെയുള്ള ഭൂമിയുടെ ആപേക്ഷികവേഗത കണ്ടെത്താനാവില്ല. ഈ നെഗ റ്റീവ് റിസൾട്ടിന് തൃപ്തികരമായ വിശദീകരണം നല്കാൻ കഴിയാതെ വഴിമുട്ടിയ ഘട്ടത്തിലാണ് ഐൻസ്റ്റൈൻ തന്റെ വിശിഷ്ടാപേക്ഷികതാ സിദ്ധാന്തവുമായി മുന്നോട്ടു വന്നത്. പിന്നീട് പ്രസിദ്ധമായിത്തീർന്ന വിശി ഷ്ടാപേക്ഷികതാ സിദ്ധാന്തത്തിന്റെ ആവിഷ്കാരം ഭൗതികശാസ്ത്രചരി ത്രത്തിൽ പുതിയൊരു യുഗത്തിന്റെ നാന്ദി കുറിക്കുന്ന സംഭവമായി ഭവിച്ചു.

8. അടിസ്ഥാന സങ്കല്പങ്ങൾ

വിശിഷ്ടാപേക്ഷികതാ സിദ്ധാന്തം രണ്ടു മൗലിക സങ്കല്പനങ്ങ ളിൽ (postulates) അധിഷ്ഠിതമാണ്:

1. "സ്ഥിരവേഗതയിൽ ചരിക്കുന്ന എല്ലാ നിരീക്ഷകരും ഭൗതിക നിയമങ്ങളെ ഒരേ രൂപത്തിൽ ദർശിക്കുന്നു."

സാങ്കേതികമായി ഈ കാര്യംതന്നെ മറ്റൊരു തരത്തിൽ പ്രസ്താവി

ക്കാം: "എല്ലാ ജഡീയ (inertial) വ്യൂഹങ്ങളും ഭൗതിക നിയമങ്ങളുടെ പ്രകാശനത്തിന് ഒരുപോലെ സമർത്ഥമാണ്."

2. "ശൂന്യതയിലെ പ്രകാശവേഗത ($c = 3 \times 10^8$ മീ/സെ) ഒരു സാർവ്വത്രിക സ്ഥിരരാശി (universal constant) ആകുന്നു."

നിരീക്ഷകനെ അപേക്ഷിച്ച് പ്രകാശ സ്രോതസോ, പ്രകാശം സഞ്ചരിക്കുന്ന മാദ്ധ്യമമോ സ്ഥിരവേഗതയിൽ ചരിക്കുന്നതുകൊണ്ട് പ്രകാശ വേഗതയ്ക്ക് മാറ്റം സംഭവിക്കുന്നില്ല എന്നാണ് ഈ പ്രസ്താവനയുടെ അർത്ഥം.

ഈ പ്രസ്താവനകളിൽനിന്നു വ്യക്തമാകുന്നതുപോലെ സ്ഥിരവേഗതയിൽ സഞ്ചരിക്കുന്ന വ്യൂഹങ്ങൾക്കുമാത്രം ബാധകമായ തത്ത്വമായതിനാലാണ് ഇതിനെ വിശിഷ്ടാപേക്ഷികതാ തത്വം (Principle of special Relativity) എന്നു പറയുന്നത്. ത്വരണഗതി (accelerated motion)യിലുള്ള വ്യൂഹങ്ങൾക്കു ബാധകമായ ആപേക്ഷികതാ തത്ത്വം പിന്നീട് ആവിഷ്കരിക്കുകയുണ്ടായി. അതാണ് സാമാന്യാപേക്ഷികതാ സിദ്ധാന്തം (General theory of Relativity).

രണ്ടു തീവണ്ടികളിൽ സഞ്ചരിക്കുന്ന യാത്രികരെ സങ്കല്പിക്കുക. തീവണ്ടികൾ വ്യത്യസ്തമായ സ്ഥിരവേഗതകളിലാണ് നീങ്ങുന്നതെന്നും വിചാരിക്കുക. ഈ സഞ്ചാരികൾക്ക് ചലന നിയമങ്ങളും, വിദ്യുത് കാന്തിക പ്രതിഭാസങ്ങളെ (Electromagnetic phenomena) ഭരിക്കുന്ന നിയമങ്ങളും മറ്റും ഒരേ രൂപത്തിൽ തന്നെ ബോദ്ധ്യപ്പെടുന്നതാണ്. പുറം ലോകം കാണാനാകാത്തവിധം ജനാലകളും വാതിലുകളും ബന്ധിച്ചിരിക്കുകയാണെങ്കിൽ തങ്ങളുടെ ചലനാവസ്ഥയെപ്പറ്റി യാത്രക്കാർ ബോധവാന്മാരായിരിക്കുകയേ ഇല്ല. തീവണ്ടികൾക്കകത്തുവച്ചു നടത്തുന്ന പരീക്ഷണങ്ങൾ ഒന്നും തന്നെ ഇക്കാര്യത്തിൽ അവർക്ക് സഹായകമാവില്ല.

ചലനത്തിന്റെ ആപേക്ഷികതയോടൊപ്പം സ്ഥല, കാലങ്ങളും (space and time) ആപേക്ഷികമാണെന്ന് ഐൻസ്റ്റൈൻ സ്ഥാപിക്കുകയുണ്ടായി. അതോടെ, സ്ഥല, കാലങ്ങൾ കേവലം (absolute) ആണെന്ന ന്യൂട്ടന്റെ സങ്കല്പം തിരസ്കൃതമായി.

അതിനുപുറമെ, വിശിഷ്ടാപേക്ഷികതാ സിദ്ധാന്തത്തിന്റെ അടിസ്ഥാനത്തിൽ മാക്സ്വെല്ലിന്റെ ഇലക്ട്രോ മാഗ്നറ്റിക് സമീകരണങ്ങൾക്ക് ജഡീയവ്യൂഹങ്ങളിലെല്ലാംതന്നെ ഒരേ രൂപമാണുണ്ടായിരിക്കുക എന്നും സ്ഥാപിക്കാൻ കഴിഞ്ഞു.

9. പ്രധാന നിഗമനങ്ങൾ

വിശിഷ്ടാപേക്ഷികതാ സിദ്ധാന്തത്തിൽനിന്നുള്ള പ്രധാന നിഗമനങ്ങൾ അടിയിൽ പറയുന്നവയാണ്.

1. സ്ഥലകാലങ്ങൾ കേവലമല്ല, മറിച്ച് ആപേക്ഷികമാണ്. അക്കാരണത്താൽ ചലിക്കുന്ന ദണ്ഡിന്റെ നീളം കുറഞ്ഞതായും, ചലിക്കുന്ന ക്ലോക്ക് മന്ദഗതിയിൽ പ്രവർത്തിക്കുന്നതായും കാണപ്പെടുന്നു.

2. ഒരു വസ്തുവിന്റെ ദ്രവ്യമാനം അതിന്റെ ചലനവേഗത കൂടുമ്പോൾ കൂടുന്നു.

3. ഒരു വസ്തുവിനും പ്രകാശവേഗതയേക്കാൾ കൂടിയ വേഗതയിൽ സഞ്ചരിക്കാനാവില്ല.

ഈ പ്രസ്താവനകളുടെ അർത്ഥം നമുക്ക് വിശദമായി പരിശോധിക്കാം.

10. സ്ഥലകാലങ്ങളുടെ ആപേക്ഷികത
10(1) ഐൻസ്റ്റൈന്റെ സ്ഥല-കാല സങ്കല്പം

സ്ഥലവും കാലവും തമ്മിൽ പരസ്പരബന്ധം ഇല്ലെന്നതായിരുന്നു ന്യൂട്ടന്റെ വിശ്വാസം. അതിനനുസരിച്ച സമീപനമായിരുന്നു ന്യൂട്ടന്റേത്. എന്നാൽ വിശിഷ്ടാപേക്ഷികതാ സിദ്ധാന്തത്തിലൂടെ സ്ഥല-കാല സങ്കല്പങ്ങളെ ഏകീകരിക്കുകയാണ് ഐൻസ്റ്റൈൻ ചെയ്തത്. സ്ഥലവും കാലവും പരസ്പരം വേർപെടുത്തി സങ്കല്പിക്കാനാകാത്ത വിധം ബന്ധപ്പെട്ടിരിക്കുന്നുവെന്നും ഒന്ന് മറ്റതിന്റെ തുടർച്ച മാത്രമാ ണെന്നും ഐൻസ്റ്റൈൻ സ്ഥാപിക്കുകയുണ്ടായി. ഐൻസ്റ്റൈന്റെ ദൃഷ്ടി യിൽ നമ്മുടെ പ്രപഞ്ചം സ്ഥലകാലങ്ങളുടെ ഒരു ചതുർമാന സാതത്യം (four dimensional space-time contmuum) ആകുന്നു.

ഐൻസ്റ്റൈന്റെ ആശയം നിലവിലുണ്ടായിരുന്ന ചിന്താപദ്ധതിയിൽ വിപ്ലവകരമായ മാറ്റം ആവശ്യപ്പെടുന്നതായിരുന്നുവെങ്കിലും അതിലന്തർ ഭവിച്ചിട്ടുള്ള യുക്തി സാമാന്യബുദ്ധിക്കുപോലും ഗ്രഹിക്കാവുന്നതാണ്. നിത്യജീവിതത്തിലെ ഏതു സംഭവത്തിന്റെയും പൂർണ്ണമായ വിവരണ ത്തിന് സ്ഥലവും കാലവും വ്യക്തമാക്കേണ്ടതുണ്ട്. സംഭവം എവിടെ നടന്നുവെന്നും, എപ്പോൾ നടന്നുവെന്നും സ്പഷ്ടമാക്കിയില്ലെങ്കിൽ വിവ രണം എങ്ങനെയാണ്, പൂർണ്ണമാകുന്നത്. അല്പംകൂടി ആഴത്തിൽ ചിന്തി ച്ചാൽ സമയം കണക്കിലെടുക്കാതെ സ്ഥാനനിർണയമോ, മറിച്ച് സ്ഥാന ത്തെ ആശ്രയിക്കാതെ കാലനിർണ്ണയമോ സാദ്ധ്യമല്ലെന്ന് മനസ്സിലാക്കാൻ കഴിയും. ഒരു സ്ഥാനത്തുനിന്നും യാത്ര പുറപ്പെട്ട ഒരാൾ ഇപ്പോൾ എവിടെ എത്തിയിരിക്കുമെന്ന് അറിയണമെങ്കിൽ അയാളുടെ സഞ്ചാര ദിശയും വേഗതയും മാത്രം അറിഞ്ഞാൽ പോരല്ലോ. യാത്ര പുറപ്പെട്ടിട്ട് എത്ര സമയമായി എന്നുകൂടി അറിയണമല്ലോ. അതുപോലെ സൂര്യന്റെ സ്ഥാനമോ, നിഴലിന്റെ നീളമോ, ക്ലോക്കിൽ സൂചികളുടെ സ്ഥാനമോ നോക്കിയാണല്ലോ സമയം തീർച്ചയാക്കുന്നത്. അങ്ങനെ ചിന്തിച്ചാൽ കാലനിർണ്ണയം സ്ഥാനാപേക്ഷ കൂടാതെ നിർവ്വഹിക്കാനാവില്ലെന്നും വ്യക്തമല്ലേ?

10(2) നീളത്തിന്റെ സങ്കോചനം

ചലനഗതിയിലുള്ള ഒരു ദണ്ഡിന്റെ നീളം വേഗത കൂടുന്തോറും കുറ ഞ്ഞുവരുന്നതായിട്ടനുഭവപ്പെടുമെന്നാണ് ആപേക്ഷികതാ സിദ്ധാന്ത

ത്തിന്റെ നിഗമനം. ഇവിടെ വേഗത എന്നത് ചലിക്കുന്ന ദണ്ഡും നിരീക്ഷ കനും തമ്മിലുള്ള ആപേക്ഷിക വേഗത (relative velocity) ആണെന്ന് ധരിക്കണം. ഈ പ്രതിഭാസം 'ലോറന്റ്സ് സങ്കോചനം (Lorentz contraction) എന്നറിയപ്പെടുന്നു.

$$L = L_0 \sqrt{1 - v^2/c^2}$$

എന്ന സമീകരണം വഴി വിരാമാവസ്ഥയിലെ നീളം L_0, ചലനാ വസ്ഥയിലെ നീളം L എന്നിവ ബന്ധപ്പെട്ടിരിക്കുന്നു. ഇവിടെ, v ദണ്ഡിന്റെ വേഗതയും, c പ്രകാശവേഗതയും ആകുന്നു. ചരിക്കുന്ന ദിശയ്ക്ക് സമാ ന്തരമായിട്ടാണ് ദണ്ഡ് സ്ഥിതി ചെയ്യുന്നതെന്നാണ് സങ്കല്പിച്ചിട്ടുള്ളത്.

10(3) നീളം അപ്രത്യക്ഷമാകുമോ?

രസകരമായൊരു സമസ്യയാണിത്. വേഗത കൂടുമ്പോൾ നീളം കുറ യുമെന്ന് കണ്ടല്ലോ.

$$L = L_0 \sqrt{1 - v^2/c^2}$$

എന്ന സമവാക്യത്തിൽ $v = c/2$ എന്ന് സങ്കല്പിച്ചാൽ, അതായത് ദണ്ഡിന്റെ വേഗത പ്രകാശവേഗതയുടെ പകുതി ആയാൽ,

$$L = L_0 \sqrt{1 - 1/4} = 0.866\, L_0$$

എന്നു കിട്ടും. ദണ്ഡിന്റെ നീളം ഇപ്പോൾ അതിന്റെ യഥാർത്ഥ നീളത്തിന്റെ 0.866 അംശം, അഥവാ 86.6 ശതമാനം മാത്രമായിട്ടാണ് കാണപ്പെടുന്ന ത്. വേഗത ഇനിയും കൂട്ടിയാലോ? ദണ്ഡിന്റെ വേഗത പ്രകാശവേഗ തയ്ക്കു തുല്യമായാൽ എന്തു സംഭവിക്കുമെന്ന് നോക്കാം. ബന്ധപ്പെട്ട സമവാക്യത്തിൽ $v = c$ എന്ന് സങ്കല്പിക്കണം. അപ്പോൾ,

$$L = L_0 \sqrt{1 - c^2/c^2} = 0$$

എന്നാണ് കിട്ടുന്നത്. അതായത്, ദണ്ഡ് പ്രകാശവേഗതയിൽ സഞ്ച രിച്ചാൽ അതിന്റെ നീളം അപ്രത്യക്ഷമാകും.

ചലനദിശയിൽ സങ്കോചനം അനുഭവപ്പെടുന്നതിനാൽ വേഗത ക്രമാ ധികം വർദ്ധിച്ച് പ്രകാശവേഗതക്കൊപ്പം എത്തിയാൽ ഒരു ഘനവസ്തു വിന്റെ കനം കുറഞ്ഞു കുറഞ്ഞ് അതൊരു ദ്വിമാന (2-dimensional) പ്രതലമായി മാറണം. തന്മൂലം ഒരു ഗോളം വൃത്താകാരമായ പ്രതല മായി കാണപ്പെടും.

ഇവിടെ വസ്തുവും നിരീക്ഷകനും തമ്മിലുള്ള ആപേക്ഷികവേഗത യാണ് v എന്നത് ഒരിക്കൽക്കൂടി ഓർമ്മിപ്പിക്കട്ടെ. മറിച്ച് നിരീക്ഷകൻ വസ്തുവിനോടൊപ്പം അതേ വേഗതയിൽ സഞ്ചരിക്കുന്നതായാൽ വസ്തു വിന് ഇപ്രകാരം വലിയ വ്യത്യാസമൊന്നും അനുഭവപ്പെടുകയില്ല. എപ്പോഴും, അതിന്റെ ശരിയായ നീളം തന്നെ അളന്ന് ബോദ്ധ്യപ്പെടാവുന്നതാണ്.

നാം ഭൂമിയോടൊപ്പം സഞ്ചരിച്ചുകൊണ്ടിരിക്കുന്നതിനാലും, നമ്മുടെ ദൈനംദിന വ്യവഹാരങ്ങളിലെ വേഗതകൾ പ്രകാശവേഗതയെ അപേ

ക്ഷിച്ച് നിസ്സാരമായതിനാലും നിത്യജീവിതത്തിൽ ആപേക്ഷികീയ പ്രഭാവങ്ങളൊന്നും നമുക്ക് അനുഭവവേദ്യമാകുന്നില്ല.

വസ്തുവിന്റെ വലിപ്പം സംബന്ധിച്ച് മുകളിൽ വിവരിച്ച കാര്യങ്ങളെ ഇങ്ങനെ സംഗ്രഹിക്കാം:

"വസ്തുവിന്റെ വലിപ്പത്തിന് കേവലത്വമില്ല. കാണപ്പെടുന്ന വലിപ്പം വസ്തുവിന്റെയും നിരീക്ഷകന്റെയും ചലനാവസ്ഥകളെ ആശ്രയിച്ചിരി ക്കുന്നു. അത്യുന്നത വേഗതയിൽ ചലിക്കുന്ന വസ്തുവിന് ആപേക്ഷ കീയ പ്രഭാവം കൊണ്ടുണ്ടാകുന്ന മാറ്റം ചലന ദിശയിൽ മാത്രമാണ് അനുഭവപ്പെടുന്നത്. ലംബദിശയിൽ (perpendicular direction) ഒന്നും സംഭവിക്കുന്നില്ല.

10(4) സമയത്തിന്റെ ആപേക്ഷികത

സ്ഥല, കാലങ്ങളുടെ ആപേക്ഷികത വിശിഷ്ടാപേക്ഷികതാ സിദ്ധാ ന്തത്തിന്റെ അടിസ്ഥാനശിലകളിലൊന്നാണ്. സമയം എന്നത് യഥാർത്ഥ ത്തിൽ രണ്ടു സംഭവങ്ങൾക്കിടയിലുള്ള 'സമയാന്തരാളം' (time inter- val) ആകുന്നു. ഇതാണ് വാച്ചിന്റെയോ ക്ലോക്കിന്റെയോ സഹായത്തോടെ നാം കാണുന്നത്. വ്യത്യസ്ത വേഗതകളിൽ ചലിക്കുന്ന നിരീക്ഷകർക്ക് ഈ സമയാന്തരാളം വ്യത്യസ്തമായിരിക്കും.

A, B എന്ന രണ്ടു നിരീക്ഷകരെ സങ്കല്പിക്കുക. അവരിൽ ഒരാൾ (A) സ്വസ്ഥാനത്തുതന്നെ നില്ക്കുന്നതായും, മറ്റേയാൾ (B) ക്ലോക്കി നോടൊപ്പം സഞ്ചരിക്കുന്നതായും വിചാരിക്കുക. സഞ്ചാരഗതിയിലുള്ള ആൾ ക്ലോക്കിനെ അപേക്ഷിച്ച് വിശ്രമാവസ്ഥയിലാണല്ലോ. എന്നാൽ സ്വസ്ഥാനത്ത് തുടരുന്ന A ക്ലോക്കിനെ അപേക്ഷിച്ച് ചലനാവസ്ഥയിലു മാണ്.

രണ്ടു പ്രത്യേക സംഭവങ്ങൾക്കിടയിലുള്ള സമയാന്തരാളം B നിർണ്ണയിക്കുന്നത് t_0 എന്നും, A നിർണയിക്കുന്നത് t എന്നും ആണെ ങ്കിൽ, ആപേക്ഷികതാ സിദ്ധാന്തമനുസരിച്ച്

$$t = t_0 / \sqrt{1 - v^2/c^2}$$

എന്നതാണ് അവ തമ്മിലുള്ള ബന്ധം. ഇവിടെ v ക്ലോക്കിന്റെ വേഗത യും, c പ്രകാശവേഗതയുമാണ്. ഈ സമീകരണത്തിൽനിന്നും $t > t_0$ എന്നു മനസ്സിലാക്കാൻ വിഷമമില്ല. അതായത്, A കണക്കാക്കുന്ന സമയാ ന്തരാളം, B കണക്കാക്കുന്ന സമയാന്തരാളത്തെക്കാൾ കൂടുതലായിരി ക്കും. അങ്ങനെയാണെങ്കിൽ ചലിക്കുന്ന (സഞ്ചരിക്കുന്ന) ക്ലോക്ക് മന്ദഗതി യിൽ പ്രവർത്തിക്കുന്നു എന്നു വേണം മനസ്സിലാക്കാൻ. ഇതാണ് സമയ ത്തിന്റെ ആപേക്ഷികത.

ഉയർന്ന വേഗത മൂലം അകലം കുറഞ്ഞതായിട്ടനുഭവപ്പെടുമ്പോൾ സമയത്തിന്റെ ഇടവേള വർദ്ധിച്ചതായിട്ടാണ് തോന്നുന്നത്.

ഒരേസമയം നടക്കുന്ന സംഭവങ്ങൾ ആപേക്ഷികചലനങ്ങളിലുള്ള

രണ്ടു നിരീക്ഷകർക്ക് അങ്ങനെയായിരിക്കുകയില്ല അനുഭവപ്പെടുന്നത്. ശ്രദ്ധേയമായ ഈ അനുഭവവിശേഷത്തെ 'സമകാലതയുടെ ആപേക്ഷികത' (Relativity of simultaneity) എന്നുപറയാം.

സഞ്ചരിക്കുന്ന ക്ലോക്കിന്റെ മന്ദഗതിയിലുള്ള പ്രവർത്തനം വളരെ വിശേഷപ്പെട്ട ഒരു പ്രതിഭാസമാണ്. ബഹിരാകാശത്തിലൂടെ പ്രയാണം ചെയ്യുന്ന സ്പേസ് വാഹനത്തിലെ യാത്രികന് സമയംതന്നെ മന്ദഗതിയിൽ പുരോഗമിക്കുന്നതായിട്ടായിരിക്കും അനുഭവപ്പെടുന്നത്. അയാളുടെ അനുഭവമണ്ഡലത്തിൽ വരുന്ന എല്ലാ പ്രക്രിയകളും പ്രതിഭാസങ്ങളും– അയാളുടെ ഹൃദയസ്പന്ദനം, മനോവ്യാപാരങ്ങൾ, സിഗററ്റ് കത്തിക്കാനെടുക്കുന്ന സമയം, വളർന്ന് വാർദ്ധക്യത്തിലെത്താനെടുക്കുന്ന സമയം എല്ലാം ഒരേ അനുപാതത്തിൽ മന്ദഗതിയിൽ ആയിരിക്കും പുരോഗമിക്കുന്നത്. താൻ സഞ്ചരിക്കുകയാണെന്നുപോലും അയാൾ അറിയുന്നുണ്ടാവില്ല.

ചലനത്തിന്റെ ഫലമായിട്ടനുഭവപ്പെടുന്ന കാലത്തിന്റെ മന്ദഗതി 'മ്യൂവോൺ' (Muon) എന്ന മൗലിക കണം വിഘടനത്തിനു വിധേയമാകുന്ന പ്രതിഭാസത്തിൽനിന്നും മനസ്സിലാക്കാവുന്നതാണ്. ഉണ്ടായി ഏതാണ്ട് 2.2×10^{-6} സെക്കൻഡിനകം അത് സ്വയമേവ വിഘടിക്കുന്നു. ബഹിരാകാശത്തുനിന്നും എത്തുന്ന കോസ്മിക് കിരണങ്ങളിൽ (cosmic rays) കണങ്ങളുടെ സാന്നിദ്ധ്യം ഉണ്ട്. കൃത്രിമമായി സവിശേഷ പ്രക്രിയകളിലൂടെ പാർട്ടിക്കിൾ ഫിസിക്സ് ലാബുകളിലും അവയെ ജനിപ്പിക്കാൻ കഴിയും. ബഹിരാകാശത്തുനിന്നും ഭൂമിയിലേക്കുവരുന്നവയിൽ ചില കണങ്ങൾ അന്തരീക്ഷ മദ്ധ്യത്തിൽ വച്ചുതന്നെ വിഘടിക്കുന്നു. ഭൂതലത്തിലെത്തുന്നവയെ ഒരു ദ്രവ്യഖണ്ഡമുപയോഗിച്ച് തടഞ്ഞു നിറുത്താം.

പ്രകാശവേഗതയിൽ സഞ്ചരിച്ചാൽപ്പോലും അതീവവ്രഹസ്വമായ സ്വന്തം ജീവിതകാലത്തിനിടയിൽ 600 മീറ്ററിലധികം പുരോഗമിക്കാൻ അതിനു കഴിയുകയില്ല. മ്യൂവോൺ എന്ന കണത്തെ സംബന്ധിച്ചിടത്തോളം ഏകദേശം 2 മൈക്രോസെക്കൻഡ് ആണ് അതിന്റെ ജീവിത കാലം. (ഒരു സെക്കൻഡിന്റെ പത്തു ലക്ഷത്തിലൊരംശം മാത്രമാണ് ഒരു മൈക്രോസെക്കൻഡ്). എന്നാൽ നമ്മുടെ വീക്ഷണത്തിൽ അത് സാമാന്യം ദീർഘകാലം ജീവിക്കുന്നുണ്ട്; ഭൂമിയിൽ എത്താൻ വേണ്ടത്ര സമയത്തേക്കെങ്കിലും. രണ്ട് കാലയളവുകളെയും ബന്ധിപ്പിക്കുന്ന $t = t_0 / \sqrt{1 - v^2/c^2}$ എന്ന ഫോർമുലയിൽനിന്നും ഈ കാര്യം സ്പഷ്ടമാണ്. വ്യത്യസ്ത വേഗതകളിലുള്ള മ്യൂവോണുകളുടെ ജീവിത ദൈർഘ്യം (life time) കൃത്യമായി നിർണ്ണയിച്ചിട്ടുണ്ട്. പരീക്ഷണഫലങ്ങൾ ഈ ഫോർമുലയുമായി യോജിക്കുന്നുമുണ്ട്. ചില നിരീക്ഷണങ്ങളിൽനിന്നും മ്യൂവോണുകൾ പ്രകാശ വേഗതയേക്കാൾ വളരെ വർദ്ധമാനമായ വേഗതയിൽ സഞ്ചരിക്കുന്നതായി അനുഭവപ്പെട്ടിട്ടുണ്ട്. ഇത് യഥാർത്ഥമല്ല. സമയ വിസ്താരണം സൃഷ്ടിക്കുന്ന പ്രതീതിയാണ്. നമ്മുടെ ക്ലോക്ക് കാണിക്കുന്ന സമയം യഥാർത്ഥ യാത്രാസമയത്തേക്കാൾ കുറവായിരിക്കും.

10(5) സമകാലികതയുടെ ആപേക്ഷികത

സംഭവങ്ങളുടെ സമകാലികത (simultaneity) ആപേക്ഷികമത്രെ. ലോറന്റ്സ് രൂപാന്തരണത്തിന്റെ മറ്റൊരു പ്രത്യാഘാതമാണിത്. ഒരു നിരീക്ഷകൻ രണ്ടു സംഭവങ്ങൾ ഒരേ സമയത്ത് നടക്കുന്നതായി കാണു ന്നുവെന്നിരിക്കട്ടെ. ഇതെങ്ങനെ സാധ്യമാണെന്നു നോക്കാം.

സംഭവങ്ങൾ നടക്കുമ്പോൾ പ്രകാശ സിഗ്നലുകൾ പുറപ്പെടുവി ക്കുന്നതായി സങ്കല്പിക്കുക. ഈ സിഗ്നലുകൾ ഒരു നിരീക്ഷകനിലെ ത്തുമ്പോൾ അയാൾ തന്റെ സമീപത്ത് സ്ഥിതിചെയ്യുന്ന സിഗ്നൽ ഡിറ്റ ക്ടറിലൂടെ അയാൾ അതു മനസ്സിലാക്കും. ഇതിനായി ഒരു ഫോട്ടോ മൾട്ടിപ്ലയർ (photomultiplier) സജ്ജീകരണം ഉപയോഗിക്കാവുന്നതാണ്. സംഭവങ്ങൾ അരങ്ങേറുന്ന സ്ഥാനത്തേക്കുള്ള ദൂരവും അവ നടക്കുന്ന സമയവും രേഖപ്പെടുത്തേണ്ടതാണ്. അതീവ ഹ്രസ്വമായിരിക്കും സിഗ്ന ലുകളുടെ യാത്രാസമയങ്ങൾ. ഇവ അളക്കുന്ന ബുദ്ധിമുട്ട് ഒഴിവാക്കുന്ന തിനുവേണ്ടി ഐൻസ്റ്റൈൻ ഒരു എളുപ്പമാർഗ്ഗം അവലംബിച്ചു. സംഭവ ങ്ങളെ അവ നടക്കുന്ന സ്ഥാനങ്ങളുടെ മധ്യഭാഗത്തുനിന്ന് നിരീക്ഷി ക്കുന്നതായി സങ്കല്പിച്ചു. A, B എന്നീ സ്ഥാനങ്ങളിൽനിന്ന് സംഭവങ്ങൾ നടക്കുന്ന സമയത്ത് പുറപ്പെട്ട സിഗ്നലുകൾ മധ്യസ്ഥാനമായ C യിൽ ഒരേ സമയത്ത് എത്തിയാൽ അവ ഒരേ സമയത്ത് നടന്നതായി നിരീ ക്ഷകന് കരുതാമല്ലോ.

ലോറന്റ്സ് രൂപാന്തരണപ്രകാരം ഈ നിരീക്ഷകനെ അപേക്ഷിച്ച് സ്ഥിരവേഗതയിൽ സഞ്ചരിക്കുന്ന മറ്റൊരു നിരീക്ഷകൻ ഈ സംഭവ ങ്ങൾ ഒരേ സമയത്ത് നടക്കുന്നതായിട്ടായിരിക്കുകയില്ല നിരീക്ഷിക്കുന്നത്. സംഭവങ്ങളുടെ സമകാലികത ന്യൂട്ടോണിയൻ ബലതന്ത്രത്തിലേതുപോ ലെയല്ല, ലോറന്റ്സ് രൂപാന്തരണത്തിൽ എന്നാണ് ഇതിൽനിന്നും മനസ്സി ലാക്കേണ്ടത്. അതുപോലെതന്നെ രണ്ടാമത്തെ നിരീക്ഷകൻ, ഒരേ സമ യത്ത് അരങ്ങേറുന്നതായി കാണുന്ന സംഭവങ്ങളെ വ്യത്യസ്ത സമയങ്ങ ളിൽ നടക്കുന്നതായിട്ടായിരിക്കും ആദ്യത്തെ നിരീക്ഷകൻ കാണുന്നതും. അതിനാൽ സംഭവങ്ങളുടെ സമകാലികത (simultaneity of events) ആപേക്ഷികമാണെന്ന് അനുമാനിക്കാവുന്നതാണ്.

10(6) സമയവിസ്താരണം (Time dilation)

സാധാരണ വലിപ്പത്തിനപ്പുറം വികസിപ്പിക്കുക എന്നാണ് 'വിസ്താ രണം' എന്ന വാക്ക് നല്കുന്ന സൂചന. ക്ലോക്കിനെ സംബന്ധിച്ചാണ ങ്കിൽ ഒരു സമയാന്തരാള (time interval)ത്തെ ദീർഘിപ്പിക്കുക എന്ന് അർത്ഥം കല്പിക്കാം.

S എന്ന വ്യൂഹത്തിൽ, $x = 0$ എന്ന സ്ഥാനത്ത് ഒരു ക്ലോക്ക് വിരാമാ വസ്ഥയിൽ (state of rest) സ്ഥിതി ചെയ്യുന്നുവെന്നിരിക്കട്ടെ. ഈ ക്ലോക്ക് Δt സമയ വ്യത്യാസത്തിൽ രണ്ടു സിഗ്നലുകൾ പുറപ്പെടുവിക്കുന്നതായും കരുതുക. S-നെ അപേക്ഷിച്ച് സ്ഥിരവേഗത (v)യിൽ സഞ്ചരിക്കുന്ന മറ്റൊരു വ്യൂഹമാണ് S'. ഇതിൽ സ്ഥിതിചെയ്യുന്ന ഒരു നിരീക്ഷകൻ, S ൽ നിന്നു വരുന്ന സിഗ്നലുകൾക്കിടയിലുള്ള സമയാന്തരാളം Δt^{1}

എന്നാണ് അളക്കുന്നത്. $\Delta t, \Delta t^1$ എന്നിവ തമ്മിലുള്ള ബന്ധം, ലോറന്റ്സ് രൂപാന്തരണമനുസരിച്ച്

$$\Delta t^1 = \Delta t / \sqrt{1 - v^2/c^2}$$

എന്നായിരിക്കുമല്ലോ. ഈ സമവാക്യമനുസരിച്ച്

$$\Delta t^1 > \Delta t$$

സമയാന്തരാളം ദീർഘിച്ചുവെന്നാണ് ഇതിൽനിന്നു മനസ്സിലാകുന്നത്. ഈ പ്രതിഭാസത്തിന് സമയത്തിന്റെ വിസ്താരണം (time dilation) എന്നു പറയാം. "സഞ്ചരിക്കുന്ന ക്ലോക്ക് കാണിക്കുന്ന സമയത്തിന്റെ ഇടവേള സ്വസ്ഥാനത്ത് സ്ഥിതിചെയ്യുന്ന ക്ലോക്ക് കാണിക്കുന്നതിനെ അപേക്ഷിച്ച് കൂടുതലായിരിക്കും" എന്നതാണ് ഇതിനർത്ഥം. സഞ്ചരിക്കുന്ന ക്ലോക്ക് മന്ദഗതിയിൽ പ്രവർത്തിക്കുന്നു എന്നതാണ് ഇതിൽനിന്നുള്ള അനുമാനം.

സമയത്തിന്റെ വിസ്താരണം (dilation) ആകാം ഈ പ്രതീതി ജനി പ്പിക്കുന്നത് എന്നുവേണം കരുതാൻ. സമയാന്തരാളത്തിനു സംഭവിക്കുന്ന വിസ്താരണം കാരണം യഥാർത്ഥത്തിൽ സഞ്ചാരത്തിനെടുക്കുന്ന സമയ ത്തെക്കാൾ കുറഞ്ഞ സമയമായിരിക്കും സഞ്ചരിക്കുന്ന ക്ലോക്ക് കാണി ക്കുന്നത്. കാരണം ചലിക്കുന്ന ക്ലോക്ക് മന്ദഗതിയിലാണല്ലോ പ്രവർത്തി ക്കുന്നത്.

ഇനി മ്യൂവോണിന്റെ സഞ്ചാരവേഗത സംബന്ധിച്ച സമസ്യ പരി ശോധിക്കാം.

ഇലക്ട്രോണിന്റെ ഏകദേശം 200 ഇരട്ടി ദ്രവ്യമാനമുള്ള താരത മ്യേന ഭാരം കുറഞ്ഞ ഒരു ചാർജ്ജിത (charged) കണമാണ് മ്യൂവോൺ (muon). നെഗറ്റീവും, പോസിറ്റീവും ചാർജ്ജുള്ള മ്യൂവോണുകളുണ്ട്. അവയുടെ സിംബലുകൾ യഥാക്രമം μ^-, μ^+ എന്നിങ്ങനെയാണ്. മ്യൂ വോണിന് ക്ഷയം (decay) സംഭവിക്കുമ്പോൾ ഒരു ഇലക്ട്രോൺ (e^-), ഒരു ഇലക്ട്രോൺ ആന്റി ന്യൂട്രീനോ ($\overline{\gamma e}$), ഒരു മ്യൂവോൺ ന്യൂട്രീനോ (γ_μ) എന്നിങ്ങനെ മൂന്നു കണങ്ങൾ ഉണ്ടാകുന്നു:

$$\mu^- \rightarrow e^- + \gamma_\mu + \overline{\gamma e}$$

രണ്ടുതരം ന്യൂട്രീനോകളെപ്പറ്റി ഇവിടെ പറഞ്ഞുവല്ലോ. ഒരു ന്യൂക്ലി യർ പ്രതിക്രിയയിൽ ഇവ പ്രത്യക്ഷപ്പെടുന്നത് ചില പ്രത്യേക 'ക്വാണ്ടം നമ്പർ സംരക്ഷണ നിയമങ്ങൾ' (quantum number conservation laws) ക്കു വിധേയമായാണ്. വിശദാംശങ്ങൾ ഇവിടെ പ്രസക്തമല്ല.

സൂര്യനിൽനിന്നും ധാരാളം ന്യൂട്രീനോകൾ നിരന്തരം ഭൂമിയിൽ എത്തുന്നുണ്ട്. ഒരുപക്ഷേ നമ്മുടെ ശരീരത്തിലൂടെ ഇവ കടന്നുപോകു ന്നുണ്ടാകണം. വൈദ്യുത ചാർജ്ജില്ലാത്തതും, അവഗണിക്കാവുന്നത്ര നിസ്സാരമായ ദ്രവ്യമാനമുള്ളവയുമാണ് ന്യൂട്രീനോകൾ. അവയ്ക്ക് സാധാ രണ ദ്രവ്യ പദാർത്ഥങ്ങളിലൂടെ തടസ്സമില്ലാതെ കടന്നുപോകാൻ കഴി യും. 2011 ജൂലൈ മാസത്തിൽ, സ്വിറ്റ്സർലണ്ടിൽ സ്ഥാപിച്ചിട്ടുള്ള യൂറോ പ്യൻ ന്യൂക്ലിയർ ഗവേഷണകേന്ദ്രത്തിലെ (CERN) പാർട്ടിക്കിൾ ആക്സി ലറേറ്ററിൽനിന്ന് പുറപ്പെട്ട് രാജ്യാന്തരാതിർത്തികൾ കടന്ന് ഇറ്റലിയിലേക്ക്

പ്രയാണം നടത്തിയ ന്യൂട്രീനോയെ സംബന്ധിച്ച വാർത്തകൾ പത്ര, ദൃശ്യമാധ്യമങ്ങളിൽ വന്നത് ഓർക്കുമല്ലോ!

മ്യൂവോണിന്റെ അർദ്ധജീവിതകാലം (half life) 1.53 മൈക്രോ സെക്കൻഡ് ആകുന്നു. അതിനർത്ഥം, ഏതെങ്കിലും ഒരു സമയത്ത് (t=0), ഒരു സാമ്പിളിൽ N മ്യൂവോണുകൾ ഉണ്ടെങ്കിൽ, 1.53 മൈക്രോ സെക്കൻഡ് കഴിയുമ്പോൾ N/2 (പകുതി) എണ്ണം മാത്രമേ അവശേഷി ക്കുകയുള്ളൂ. കാരണം ഈ സമയത്തിനകം പകുതി എണ്ണം ക്ഷയ വിധേ യമായി വിഘടിച്ചുകഴിഞ്ഞിരിക്കും. N/2 എന്നത് കൃത്യമായിക്കൊള്ളണ മെന്നില്ല. ചെറിയ തോതിൽ കൂടുകയോ കുറയുകയോ ചെയ്തെന്നു വരാം. സാംഖ്യ-കീയ ഏറ്റക്കുറച്ചിലുകൾ (statistical fluctuations) ഉണ്ടാ കാമല്ലോ.

10(7) ഒരു വിരോധാഭാസത്തിന്റെ കഥ (Twin Paradox)

ഇരട്ട സഹോദരന്മാരെ (twins) സംബന്ധിക്കുന്ന രസകരമായൊരു കഥയാണത്. രൂപഭാവങ്ങളിൽ സമന്മാരായ ഇരട്ട സഹോദരന്മാരാണ് രാമുവും ബാലുവും-ഏതാണ്ട് ഒരേസമയത്ത് ഭൂജാതരായവർ. അവർ വളർന്ന് വലുതായപ്പോൾ, ഒരുദിവസം ബാലു ഒരു ബഹിരാകാശ വാഹന ത്തിൽ കയറി യാത്രയായി. രാമു നോക്കിനിന്നു. ഒരു നക്ഷത്രത്തെ ലക്ഷ്യ മാക്കിയായിരുന്നു യാത്ര.

ബാലു തന്റെ വാഹനത്തിന്റെ വേഗത കൂട്ടിയതോടെ അയാളുടെ ക്ലോക്കുകൾ മന്ദഗതിയിൽ പ്രവർത്തിക്കാൻ തുടങ്ങി. ഹൃദയമിടിപ്പിന്റെ വേഗത കുറഞ്ഞു. ചിന്തകൾ ഏറക്കുറെ അസ്തമിച്ചു. മനസ്സ് ശാന്തമാ യി. എന്നാൽ വിശേഷിച്ച് എന്തെങ്കിലും സംഭവിച്ചതായി തോന്നിയില്ല.

യാത്രകഴിഞ്ഞ് ബാലു മടങ്ങിയെത്തി. അപ്പോഴാണ് ഒരു രസകര മായ കാര്യം വെളിവായത്. ഇരട്ട സഹോദരന്മാരുടെ പ്രായം ഇപ്പോൾ വ്യത്യസ്തമായിരിക്കുന്നു! യാത്രകഴിഞ്ഞു മടങ്ങിയ ആൾ യൗവനാവസ്ഥ യിൽ തന്നെയാണ്. എന്നാൽ, ഇവിടെ കാത്തിരുന്ന ഇരട്ട സഹോദരൻ വൃദ്ധനായിരിക്കുന്നു. അയാളെ സംബന്ധിച്ചിടത്തോളം കഴിഞ്ഞുപോയ സമയത്തിന്റെ ഇടവേള താരതമ്യേന സുദീർഘമായിരുന്നു. പ്രകാശ വേഗതയോടടുത്ത വേഗതയിൽ ബഹിരാകാശത്ത് സഞ്ചരിച്ചു മടങ്ങിയെ ത്തിയ ആളിന്റെ എല്ലാ ക്ലോക്കുകളും - ബാഹ്യമായവ മാത്രമല്ല, ആന്ത രിക ക്ലോക്കുകളും മന്ദഗതിയിൽ പ്രവർത്തിച്ചതിനാൽ സഹോദരനോളം പ്രായവർദ്ധനവ് അനുഭവപ്പെട്ടില്ല.

ശാസ്ത്ര സാഹിത്യത്തിൽ, വിശേഷിച്ചും ശാസ്ത്രകഥകളിൽ 'വിരോ ധാഭാസം' (paradox) ആയി ചിത്രീകരിക്കാറുള്ള ഒരു കഥയാണിത്. ഇവിടെ യഥാർത്ഥത്തിൽ വിരോധാഭാസം ഒന്നുംതന്നെ ഇല്ലെന്നു വ്യ ക്തമാക്കട്ടെ. ആപേക്ഷികതാ സിദ്ധാന്തത്തിന്റെ അടിസ്ഥാനത്തിൽ ശാസ്ത്രീയമായി മനസ്സിലാവുന്ന വസ്തുതകൾ മാത്രമേ ഉള്ളൂ.

രാമുവിന്റെ ദൃഷ്ടിയിൽ റോക്കറ്റിൽ യാത്രചെയ്ത ബാലു അങ്ങോ ട്ടും ഇങ്ങോട്ടും ഉള്ള യാത്രയ്ക്കായി എടുത്ത ആകെ സമയം $(T/2) + (T/2) = T$. ആണെന്നിരിക്കട്ടെ. ഇനി ബാലുവിന്റെ അനുഭവത്തി

ലൂടെ ഈ പ്രശ്നം കാണാൻ ശ്രമിക്കാം. ആപേക്ഷികതാ സിദ്ധാന്തമനു സരിച്ച് ബാലുവിന് ഒരു വഴിക്ക് വേണ്ടിവന്ന യാത്രാസമയം = $\frac{T}{2}\sqrt{(1-v^2/c^2)}$ മടക്കയാത്രയ്ക്കും ഇത്രയും സമയം വേണ്ടിവന്നതിനാൽ, ആകെ യാത്രാസമയം = $T\sqrt{1-v^2/c^2}$. ഇത് T യെ അപേക്ഷിച്ച് കുറവാ യതിനാൽ ബാലുവിന്റെ പ്രായം സ്വാഭാവികമായും രാമുവിനേക്കാൾ കുറ ഞ്ഞിരിക്കും. എത്രത്തോളം കുറവ് എന്നത്, v എത്ര എന്നതിനെ ആശ്ര യിച്ചിരിക്കും. v പ്രകാശവേഗത c യിൽനിന്നും വളരെ വ്യത്യസ്തമല്ലെ ങ്കിൽ, T യെ അപേക്ഷിച്ച് യാത്രാസമയം വളരെ കുറവായിരിക്കും. അതി നാൽ ബാലുവിന് കാര്യമായ പ്രായവർദ്ധനവ് അനുഭവപ്പെടുകയില്ല. രാമു വിന്റെ സ്ഥിതി നേരെമറിച്ചാണല്ലോ. സുദീർഘമായൊരു കാലയളവു കഴി ഞ്ഞായിരിക്കും ബാലു മടങ്ങിയെത്തുന്നത്. അതിനകം രാമു വൃദ്ധനായി കഴിഞ്ഞിരിക്കും.

11. സൗര ന്യൂട്രിനോകളും അവയുടെ ഉല്പാദന രഹസ്യവും

'സൂര്യഹൃദയം' ഒന്നാന്തരമൊരു ന്യൂട്രീനോ ഉല്പാദന കേന്ദ്രമാണ്. അവിടെ നിരന്തരം നടക്കുന്ന തെർമോ ന്യൂക്ലിയർ (Thermo nuclear) പ്രവർത്തനങ്ങളാണ് ഊർജ്ജോല്പാദനത്തിന്റെ ഉറവിടം. ഹൈഡ്രജൻ അണുകേന്ദ്രങ്ങൾ സംയോജിച്ച് ഹീലിയം അണുകേന്ദ്രങ്ങളുണ്ടാകുന്ന പ്രക്രിയകളാണിവ. സൂര്യഗോളത്തിൽനിന്നും നാലുപാടും ഇടതടവി ല്ലാതെ പ്രസരിച്ചുകൊണ്ടിരിക്കുന്ന, ഭൂമിയിൽ ജീവന്റെ ഉത്ഭവത്തിനും നിലനില്പിനും ആധാരമായ ഊർജ്ജം അങ്ങനെയാണുണ്ടാകുന്നത്. പ്രസ്തുത ന്യൂക്ലിയർ പ്രതിക്രിയകളിൽ ഉല്പന്നമാകുന്ന കണങ്ങളാണ് സൗര ന്യൂട്രീനോകൾ (solar neutrinos).

അണുവിഘടനത്തിലൂടെ ഊർജ്ജോല്പാദനം സാദ്ധ്യമാണെന്ന് എല്ലാവർക്കുമറിയാം. അണുബോംബിലും, ന്യൂക്ലിയർ റിയാക്ടറുകളിലും ഈ പ്രക്രിയ വഴിയാണല്ലോ ഊർജ്ജം ഉല്പാദിപ്പിക്കുന്നത്. ബോംബിൽ അനിയന്ത്രിതമായും, റിയാക്ടറുകളിൽ നിയന്ത്രിതമായും നടക്കുന്ന പ്രക്രിയയാണ് അണുവിഘടനം (Nuclear fission). യുറേനിയം (ura- nium) പോലെ ഭാരമേറിയ മൂലകങ്ങളാണ് ഇവിടെ ഇന്ധനമായിട്ടുപയോ ഗിക്കുന്നത്. ഇതിനുനേരെ വിപരീതമായ പ്രക്രിയയാണ് അണുസംയോ ജനം (Nuclear fusion). ഹൈഡ്രജൻപോലെ ഏറ്റവും ഭാരംകുറഞ്ഞ മൂലകങ്ങളുടെ അണുകേന്ദ്രങ്ങൾ സംയോജിച്ച് ഹീലിയം തുടങ്ങിയ മൂല കങ്ങളുടെ അണുകേന്ദ്രങ്ങൾ രൂപപ്പെടുന്ന അണുസംയോജനപ്രക്രിയ (Nuclear fusion reaction) ഊർജ്ജോല്പാദനത്തിനു സമർത്ഥമായ കുറേക്കൂടി മികച്ച മാർഗ്ഗമാണ്. എന്നാൽ ഇതു സാദ്ധ്യമാകണമെങ്കിൽ ദശലക്ഷക്കണക്കിന് ഡിഗ്രി ഉയർന്ന താപനിലയുടെ പശ്ചാത്തലം ആവ ശ്യമുണ്ട്. അണുകേന്ദ്രങ്ങളുടെ പരസ്പര വികർഷണം അതിജീവിക്കാൻ ഇതനിവാര്യമാണ്.

സൂര്യന്റെയും മറ്റു നക്ഷത്രങ്ങളുടെയും ഹൃദയഭാഗത്ത് ഇത്ര ത്തോളം ഉയർന്ന താപനില സ്വാഭാവികമായി നിലനിൽക്കുന്നതുകൊണ്ട് അവിടങ്ങളിൽ അണുസംയോജന പ്രക്രിയകൾ അനുസ്യൂതം നടക്കു ന്നുണ്ട്. ഉയർന്ന താപനിലകളിൽ സംഭവിക്കുന്ന ന്യൂക്ലിയർ പ്രവർത്തന ങ്ങളായതുകൊണ്ട് ആണ് ഇവ 'തെർമോ ന്യൂക്ലിയർ, പ്രതിക്രിയകൾ എന്നറിയപ്പെടുന്നത്.

ഹൈഡ്രജൻ ബോംബു നിർമ്മാണത്തിലന്തർഭവിച്ചിട്ടുള്ള തത്ത്വ വുമിതുതന്നെയാണ്. അണുബോംബിൽ അണുവിഘടനമാണ് നടക്കു ന്നതെങ്കിൽ ഹൈഡ്രജൻ ബോംബിൽ അണുസംയോജനമാണ് സംഭ വിക്കുന്നത്. ഇതിനാവശ്യമായ ഉയർന്ന പശ്ചാത്തല താപനില (background temperature) സൃഷ്ടിക്കുന്നത് ഒരു സാധാരണ അണുബോം ബിന്റെ സ്ഫോടനത്തിലൂടെയാണ്. അതിനർത്ഥം, ഒരു ഹൈഡ്രജൻ ബോംബിൽ ഒരു സാധാരണ അണുബോംബ് സ്ഫോടനസജ്ജമായി അടക്കം ചെയ്തിരിക്കണമെന്നാണ്. ന്യൂക്ലിയർ റിയാക്ടറുകളിലും, അണു ബോംബിലും, ഹൈഡ്രജൻ ബോംബിലും എല്ലാം ഊർജ്ജം ഉല്പാദി പ്പിക്കപ്പെടുന്നത് ഐൻസ്റ്റൈന്റെ സുപ്രസിദ്ധമായ $E = mc^2$ എന്ന സമ വാക്യമനുസരിച്ച് ദ്രവ്യത്തിൽനിന്നുമാണ്. (E = ഊർജം, m= ദ്രവ്യമാനം, c = പ്രകാശവേഗത) ദ്രവ്യത്തെ പൂർണമായും ഊർജ്ജമാക്കി മാറ്റാൻ കഴിയുമെന്നും, അപ്പോൾ ഭീമമായ തോതിൽ ഊർജ്ജം ലഭ്യമാകുമെന്നും ആണ് ഈ സമവാക്യം നല്കുന്ന സൂചന. ഈ വിഷയം വഴിയേ വിശദമായി ചർച്ച ചെയ്യുന്നതാണ്.

12. പലതരം ന്യൂട്രിനോകൾ

1950 കളുടെ അവസാനം, ബീറ്റാക്ഷയം (beta decay) സംബന്ധിച്ച ഫെർമി (fermi)യുടെ സിദ്ധാന്തം ഒരു പരിധിവരെ ശരിയാണെന്ന് സ്ഥാപി ക്കുകയുണ്ടായി. നിരീക്ഷണത്തിൽ ന്യൂട്രിനോയെ കണ്ടെത്തുകയും ചെയ്തു. സാധാരണയായി ന്യൂകിയർ കണങ്ങൾ ക്ഷയിക്കുമ്പോൾ ഇല ക്ട്രോണുകളും ന്യൂട്രീനോകളും ആണ് ഉണ്ടാകുന്നത്. ചാർജ്ജ് സംര ക്ഷണ നിയമം (charge conservation law) അനുസരിച്ച് ചിലപ്പോൾ ഇലക്ട്രോണിനുപകരം പോസിട്രോൺ (positron) ആയിരിക്കും ഉണ്ടാ വുക. വളരെ അപൂർവ്വമായി പയോൺ (pion or π-meson) പ്രത്യക്ഷപ്പെ ടാറുണ്ട്. എന്നാൽ അത് ഉടൻതന്നെ ക്ഷയിച്ച് മ്യൂവോണും, ന്യൂട്രീ നോയും ആയി മാറുന്നതാണ്. ഇങ്ങനെ ഉണ്ടാകുന്ന ന്യൂട്രീനോകൾ ബീറ്റാക്ഷയത്തിൽ ഉല്പന്നമാകുന്ന ന്യൂട്രീനോകൾ തന്നെയാണോ? അതേപ്പറ്റി പഠനം നടത്തിയ ഗവേഷകർ ഈ ന്യൂട്രീനോ വ്യത്യസ്തമാ ണെന്നു കണ്ടെത്തി. ബീറ്റാ ക്ഷയത്തിന്റെ ഫലമായി പ്രത്യക്ഷപ്പെടുന്ന ന്യൂട്രീനോ ഇലക്ട്രോൺ ന്യൂട്രീനോ (γ_e) ആണെന്നും, പയോൺ ക്ഷയ ത്തിൽ ഉണ്ടാകുന്നത് മ്യൂവോൺ ന്യൂട്രീനോ (γ_μ) ആണെന്നും കണ്ടു. ക്വാണ്ടം നമ്പർ സംരക്ഷണനിയമപ്രകാരം γ_e, γ_μ എന്നിവയുടെ സ്ഥാന ത്ത് ഒരുപക്ഷേ അവയുടെ പ്രതികണങ്ങളായ $\overline{\gamma}_e$, $\overline{\gamma}_\mu$ എന്നിവയിലേതെ ങ്കിലും ആയിരിക്കും ഉണ്ടാകുന്നതെന്നും വരാം.

മ്യൂവോൺ തന്നെയും ക്ഷയിക്കാനുള്ള സാദ്ധ്യത ഫെയിൻബെർഗ് (Feinberg) എന്ന ഗവേഷകൻ ചൂണ്ടിക്കാട്ടുകയുണ്ടായി. ആദ്യം രണ്ടു ന്യൂട്രീനോകളും ഒരിനംതന്നെ ആണെന്നാണ് കരുതിയിരുന്നതെങ്കിലും പിന്നീട് അവ വ്യത്യസ്ത ഇനങ്ങളാണെന്ന് ബോദ്ധ്യമായി. പ്രസക്ത മായ തെളിവുകൾ ചൂണ്ടിക്കാട്ടി പോണ്ടികോർവോ (Pontecorvo) ആണ് ഈ വസ്തുത ആദ്യം തെളിയിച്ചത്.

മ്യൂവോൺ ഇലക്ട്രോണിന്റെ ഭാരമേറിയ ഒരു വകഭേദം മാത്രമാണെ ന്നായിരുന്നു പലരും കുറേക്കാലം വിശ്വസിച്ചിരുന്നത്.

ബന്ധപ്പെട്ട ഒരു കാര്യംകൂടി പരാമർശിച്ചുകൊണ്ട് ഈ ചർച്ച ഇവിടെ അവസാനിപ്പിക്കാം. 1976 ൽ, ഇലക്ട്രോണും മ്യൂവോണും ഉൾപ്പെടുന്നതും ലെപ്ടോൺ (Lepton) എന്നറിയപ്പെടുന്നതും ആയ വിശാല കുടുംബ ത്തിലെ മൂന്നാമതൊരംഗത്തെക്കൂടി കണ്ടെത്തുകയുണ്ടായി. അത് 'ടൗ' (tau) എന്നറിയപ്പെടുന്നു. τ എന്നാണ് അതിന്റെ 'സിംബൽ.' അധികം താമസി യാതെ അതിനോടനുബന്ധിച്ചുള്ള γ_τ എന്ന ന്യൂട്രീനോയും കണ്ടുപിടി ക്കപ്പെട്ടു. അങ്ങനെ ന്യൂട്രീനോകളുടെ എണ്ണം മൂന്ന് ആയി. ഈ 6 കണ ങ്ങളും അവയുടെ പ്രതികണങ്ങളും (anti particles) ചേർന്നതാണ് ലെപ്ടോൺ കുടുംബം (lepton family). പ്രോട്ടോൺ, ന്യൂട്രോൺ തുടങ്ങിയവ 'ഹാഡ്രോൺ' (Hadron) എന്ന മറ്റൊരു കുടുംബത്തിലെ അംഗങ്ങളാണ്.

ഇനി നമുക്ക് ആപേക്ഷികതാ സിദ്ധാന്തത്തിന്റെ മറ്റൊരു മേഖല പരിശോധിക്കാം.

13. വേഗതകളുടെ സങ്കലനം

ഒരു കണത്തിന്റെ സഞ്ചാരവേഗത s വ്യൂഹത്തിൽ u എന്നും, s' വ്യൂഹത്തിൽ u' എന്നും ആണെന്നിരിക്കട്ടെ, s' വ്യൂഹം s അപേക്ഷിച്ച്, പോസിറ്റീവ് x-ദിശയിൽ v എന്ന സ്ഥിര വേഗതയിൽ സഞ്ചരിക്കുന്നതായും സങ്കല്പിക്കുക. ലോറന്റ്സ് രൂപാന്തരണമനുസരിച്ച് u, u' തമ്മിലുള്ള ബന്ധം ഇപ്രകാരമാണ്:

$$u = (u' + v) / (1 + vu'/c^2)$$

ഒരേ ദിശയിലുള്ള രണ്ടു വേഗതകളെ (u', v) ആപേക്ഷികതാ സിദ്ധാ ന്തപ്രകാരം കൂട്ടിയാൽ കിട്ടുന്ന ഫലമാണിത്. പ്രകാശവേഗതയെ ആപേ ക്ഷിച്ച് മറ്റു വേഗതകൾ വളരെ കുറവായിരുന്നാൽ vu'/c^2 അവഗണിക്കാ വുന്നതാണ്. ഈ സാഹചര്യത്തിൽ $u = u' + v$ എന്നു കിട്ടും. ഇത് ന്യൂട്രോ ണിയൻ മെക്കാനിക്സിലെ ലളിതമായ ഉത്തരമാണ്.

ഇനി മറ്റൊരു കാര്യം പരിശോധിക്കാം.

പ്രകാശവേഗതയോട് മറ്റേതെങ്കിലും വേഗത കൂട്ടിയാൽ ഫലം എന്തായിരിക്കും? സമവാക്യം (1) ൽ, u' = c എന്നു സങ്കല്പിക്കുക. അപ്പോൾ c, v എന്നീ വേഗതകൾ ആപേക്ഷികീയമായി കൂട്ടുന്ന ഫലം കിട്ടും:

$$u = (c + v) / (1 + v.c/c^2)$$
$$= (c + v) / (1 + v/c)$$
$$= (c + v) . \frac{C}{C + N} = c$$

ഫലം പ്രകാശവേഗത തന്നെ. അതായത്, പ്രകാശ വേഗതയോട് മറ്റേ തൊരു വേഗത ആപേക്ഷികീയമായി കൂട്ടിയാലും ഫലം പ്രകാശവേഗത തന്നെ ആയിരിക്കും. ഐൻസ്റ്റൈന്റെ വിശിഷ്ടാപേക്ഷികതാ സിദ്ധാന്ത പ്രകാരം പ്രകാശവേഗതയാണ് ഏതൊരു വസ്തുവിനും ആർജ്ജിക്കാ വുന്ന പരമാവധി വേഗത.

14. പ്രകാശത്തിന്റെ പഥഭ്രംശം (aberration)

1727 ൽ ജയിംസ് ബ്രാഡ്ലി (James Bradley) എന്ന ജ്യോതിശാസ് ത്രജ്ഞൻ പ്രകാശവേഗത ഒരു കേവല സ്ഥിരരാശി ആണെന്നതിന് ദൃഷ്ടാന്തമായി ഒരു ജ്യോതിശാസ്ത്ര പ്രഭാവം കണ്ടെത്തുകയുണ്ടായി. എല്ലാ സ്ഥിരസ്ഥിത നക്ഷത്രങ്ങൾക്കും (fixed stars) ഒരു പൊതു വാർഷിക ഭ്രമണപഥ ചലനം ഉണ്ടത്രെ. ഉച്ചസ്ഥാനത്ത് (zenith) സ്ഥിതി ചെയ്യുന്ന നക്ഷത്രങ്ങൾക്ക് ഇത് വൃത്താകാരത്തിലും, മറ്റുള്ളവയ്ക്ക് ദീർഘ വൃത്താകാരത്തിലും ആണെന്നും കണ്ടു. വിദൂരസ്ഥമായ നക്ഷത്ര ത്തിൽനിന്നും പുറപ്പെടുന്ന പ്രകാശം ഭൂമിയിലെത്തുമ്പോഴേക്കും, ആപേ ക്ഷിക ചലനത്തിന്റെ ഫലമായി ഭൂമി സ്വസ്ഥാനത്തുനിന്നും മാറിയിരിക്കു മെന്നതാണ് അതിനു സ്ഥാനഭ്രംശം സംഭവിച്ചതായി തോന്നാൻ കാര ണം. അതിന്റെ ഫലമായി ഒരു സ്ഥിര നക്ഷത്രത്തിൽനിന്നുവരുന്ന പ്രകാശം മറ്റൊരു ദിശയിൽനിന്നു വരുന്നതായിട്ടായിരിക്കും കാണപ്പെ ടുക. ഈ പ്രതിഭാസം നക്ഷത്ര പ്രകാശത്തിന്റെ പഥഭ്രംശം (aberra-tion) എന്നറിയപ്പെടുന്നു.

ഐൻസ്റ്റൈന്റെ വിഖ്യാതമായ ചില പ്രസ്താവനകൾ

1. രണ്ട് അനന്തതകൾ

രണ്ടു കാര്യങ്ങൾ മാത്രമാണ് അനന്തമായിട്ടുള്ളത്. ഒന്ന് പ്രപ ഞ്ചമാണ്; മറ്റേത് മനുഷ്യന്റെ വിഡ്ഢിത്തം. അതിൽ ആദ്യത്തേ തിനെപ്പറ്റി എനിക്ക് നല്ല നിശ്ചയമില്ല. മറ്റതിനെപ്പറ്റി നന്നായിട്ടറിയാം.

2. പ്രേമവും ഗ്രാവിറ്റേഷനും

പ്രേമത്തിൽ വീഴുക (fall in love) എന്നത് മനുഷ്യർക്കു സംഭവിക്കുന്ന ഏറ്റവും വലിയ അബദ്ധമാണെന്ന് പറയാനാവില്ല. എന്നാൽ ആ വീഴ്ചയുടെ ഉത്തരവാദിത്വം ഭൂഗുരുത്വത്തിന് (gravi-tation) ആയിരിക്കുകയില്ല.

3. ആപേക്ഷികത സാധാരണ അർത്ഥത്തിൽ

നിങ്ങളുടെ കൈ ചുട്ടുപഴുത്ത സ്റ്റൗവിൽ ഒരു മിനിറ്റ് സമയ ത്തേക്ക് വയ്ക്കുക. സമയം ഒരു മണിക്കൂറായെന്നായിരിക്കും തോ ന്നുക. എന്നാൽ സുന്ദരിയായ ഒരു യുവതിയുടെ അടുത്ത് ഒരു മണിക്കൂർ സമയത്തോളം ഇരുന്നാലും ഒരു മിനിറ്റുപോലും ആയെ ന്നു തോന്നുകയില്ല. അതാണ് ആപേക്ഷികത (Relativity).

> **4. ശാസ്ത്രചിന്ത**
>
> പ്രപഞ്ചത്തിന്റെ ആന്തരിക സാമ്യാവസ്ഥയിൽ വിശ്വാസമി ല്ലെങ്കിൽ ശാസ്ത്രചിന്ത സാദ്ധ്യമല്ലതന്നെ. ഈ ഭൂമികയിൽനിന്നാ ണ് ഞാൻ എന്റെ 'ആപേക്ഷികതാ സിദ്ധാന്തം' പടുത്തുയർത്തി യത്.

15. ഡോപ്ലർ പ്രഭാവം

പ്രകാശസ്രോതസിന്റെ ചലനം മൂലം സ്പെക്ട്ര രേഖയുടെ സ്ഥാന ത്തിന് ഭ്രംശം സംഭവിക്കാനുള്ള സാദ്ധ്യത 1842 ൽ ഡോപ്ലർ ചൂണ്ടിക്കാട്ടു കയുണ്ടായി. ഒരു പ്രകാശസ്രോതസ്സ് സ്ഥിരവേഗതയിൽ ഒരു നിരീക്ഷ കനെ സമീപിക്കുകയോ അയാളിൽനിന്ന് അകന്നു പോകുകയോ ചെയ്യു മ്പോൾ പ്രകാശത്തിന്റെ 'ഫ്രീക്വൻസി' (frequency)ക്ക് സംഭവിക്കുന്ന മാറ്റം ആണ് ഡോപ്ലർ പ്രഭാവം (Doppler Effect). അടുത്തേക്കുവരു മ്പോൾ ഫ്രീക്വൻസി കൂടിയതായും, അകന്നുപോകുമ്പോൾ ഫ്രീക്വൻസി കുറഞ്ഞതായും അനുഭവപ്പെടും. ഫ്രീക്വൻസിക്കുണ്ടാകുന്ന മാറ്റം നിർണ്ണ യിക്കാൻ കഴിഞ്ഞാൽ സ്രോതസിന്റെ വേഗത കണ്ടുപിടിക്കാൻ കഴിയും. പ്രപഞ്ചാതിർത്തികളിൽ സ്ഥിതിചെയ്യുന്ന ക്വാസാറുകളും മറ്റും അകന്നു പോകുന്നതായി അവയുടെ പ്രകാശത്തിന്റെ സ്പെക്ട്രം അപഗ്രഥിച്ച് മനസ്സിലാക്കാൻ കഴിഞ്ഞിട്ടുണ്ട്. പ്രപഞ്ചം വികസിച്ചുകൊണ്ടിരിക്കുന്ന തായിട്ടാണ് ഇതിൽനിന്നുള്ള നിഗമനം. അകന്നുപോകുന്ന സ്രോതസിൽ നിന്നുള്ള പ്രകാശത്തിന്റെ സ്പെക്ട്രത്തിൽ ചുവപ്പറ്റത്തേക്ക് സ്പെക്ട്ര രേഖകൾ നീങ്ങിക്കാണപ്പെടും. ഇതിനെ അരുണഭ്രംശം (red shift) എന്നു പറയുന്നു.

ശബ്ദശാസ്ത്രത്തിന്റെ പുസ്തകങ്ങളിൽ സാധാരണയായി ചർച്ച ചെയ്യപ്പെടാറുള്ള ഒരു വിഷയമാണ് ഡോപ്ലർ പ്രഭാവം. റെയിൽവേ പ്ലാറ്റ് ഫോറത്തിൽ ട്രെയിൻ കാത്തുനിൽക്കുന്ന യാത്രികർക്ക് അനുഭവമുള്ള ഒരു വസ്തുത ഈ വിഷയവുമായി ബന്ധപ്പെട്ടതാണ്. ചൂളം വിളിച്ചു കൊണ്ട് സ്റ്റേഷനെ സമീപിക്കുന്ന ട്രെയിനിന്റെ ചൂളം വിളിയുടെ ഫ്രീക്വൻ സി വർദ്ധിച്ചുവരുന്നതായി തോന്നുമ്പോൾ, സ്റ്റേഷൻ കടന്ന് ട്രെയിൻ അകന്നുപോകുമ്പോൾ അതേ ചൂളം വിളിയുടെ ഫ്രീക്വൻസി കുറഞ്ഞു കുറഞ്ഞു വരുന്നതായും തോന്നുന്നതാണ്. ശബ്ദത്തിന്റെ തീക്ഷ്ണത (sharpness)യാണ് അതിന്റെ ഫ്രീക്വൻസിയുടെ അളവുകോൽ.

16. ദ്രവ്യമാനത്തിന്റെ ആപേക്ഷികതയും വേഗതയുടെ പരിധിയും

ന്യൂട്ടന്റെ ബലതന്ത്രത്തിൽ ഒരു വസ്തുവിന്റെ ദ്രവ്യമാനം ഒരു സ്ഥിര ഭൗതികരാശിയാണ്. എന്നാൽ ഐൻസ്റ്റെന്റെ വിശിഷ്ടാപേക്ഷികതാ സിദ്ധാന്തപ്രകാരം ദ്രവ്യമാനം വസ്തുവിന്റെ വേഗതയ്ക്കനുസരിച്ച് വർദ്ധിക്കുന്ന ഒന്നാണ്.

$$m = m_0 / \sqrt{1 - v^2/c^2} \qquad \text{(i)}$$

എന്ന സമീകരണത്തിൽനിന്ന് ഇത് വ്യക്തമാണ്. വേഗത v പ്രകാശ വേഗത c യ്ക്കു തുല്യമായാൽ ദ്രവ്യമാനം m അത്യധികം വർദ്ധിച്ച് അനന്തമൂല്യത്തെ പ്രാപിക്കുന്നു.

$$m = m_0 / \sqrt{1 - c^2/c^2} \to \alpha \qquad \text{(ii)}$$

ദ്രവ്യമാനം അനന്തമാകുക എന്നത് ഭൗതികപ്രപഞ്ചത്തിൽ സംഭവ്യമല്ല. എല്ലാ ഭൗതികരാശികളും പരിമിതമൂല്യം ഉള്ളവയായിരിക്കണം. ഉദാ: സ്ഥലകാലങ്ങളുടെ വിസ്തൃതി, വ്യാപ്തം, ഘനത്വം തുടങ്ങിയ രാശി കൾ. ആയതിനാൽ ഇവിടെ സമീകരണം (ii) ലൂടെ വിശിഷ്ടാപേക്ഷി കതാ സിദ്ധാന്തം വേഗതയ്ക്ക് ഒരു ഉയർന്ന പരിധി കല്പിച്ചിരിക്കുന്നു. വസ്തുക്കളുടെ വേഗത എപ്പോഴും പ്രകാശവേഗതയിൽ കുറവായിരി ക്കും. (i)ൽ $v > c$ എന്നു സങ്കല്പിച്ചാൽ $\sqrt{1 - v^2/c^2}$ ഒരു സാങ്കല്പിക സംഖ്യ (imaginary number)യാകും. ദ്രവ്യമാനം സാങ്കല്പികം ആകു കയോ? അത് അസാധ്യമാണല്ലോ. അങ്ങനെ ഈ ഭൗതിക പ്രപഞ്ചത്തിൽ ഒരു വസ്തുവിനും പ്രകാശവേഗതയ്ക്കു തുല്യമായ വേഗത പ്രാപിക്കാ നോ, പ്രകാശവേഗതയെ അതിലംഘിക്കാനോ സാധ്യമല്ല എന്നതാണ് ഈ ചർച്ചയിലൂടെ ഉരുത്തിരിയുന്ന ആത്യന്തികമായ നിഗമനം.

17. ടാക്യോൺ (Tachyon)

നമ്മുടെ ചർച്ചകളിൽനിന്നും സുവ്യക്തമായ ഒരു കാര്യം ഒരു വസ്തു വിനും പ്രകാശവേഗതയെ അതിലംഘിക്കാനാവില്ല എന്നതാണ്. ദ്രവ്യ മാനമില്ലാത്ത ഒരു കണത്തിന് ഒരുപക്ഷേ താത്ത്വികമായി പ്രകാശവേ ഗതയ്ക്കുതുല്യമായ വേഗതയിൽ സഞ്ചരിക്കാനായേക്കും. എന്നാൽ ഇതും അസാധ്യമാണെന്ന് 1962 ൽ ജോർജ് സുദർശൻ (George Sudarshan) നടത്തിയ സൈദ്ധാന്തിക പഠനങ്ങളിൽനിന്ന് വ്യക്തമാണ്.

ഇന്നു ജീവിച്ചിരിക്കുന്ന ലോകത്തിലെ ഏറ്റവും പ്രഗത്ഭരായ സൈദ്ധാന്തിക ഭൗതികജ്ഞരിൽ ഒരാളാണ് മലയാളിയായ ഇ സി ജി സുദർശൻ എന്ന എണ്ണയ്ക്കൽ ചാണ്ടി ജോർജ് സുദർശൻ.* കോട്ടയത്തി നടുത്തുള്ള പള്ളം ആണ് സുദർശന്റെ ജന്മദേശം. അമേരിക്കയിൽ ടെക് സാസ് യൂണിവേഴ്സിറ്റിയിൽ സൈദ്ധാന്തിക ഭൗതികത്തിന്റെ വിശിഷ്ട പ്രൊഫസറും വകുപ്പുതലവനും ആണ്, പലതവണ നോബൽ സമ്മാന ത്തിന് പേർ നിർദ്ദേശിക്കപ്പെട്ടിട്ടുള്ള സുദർശൻ.

ടാക്യോൺ (Tachyon) എന്ന ഒരു തരം അസാധാരണ സ്വഭാവവിശേ ഷമുള്ള കണത്തിന് പ്രകാശവേഗതയെ അതിശയിക്കുന്ന വേഗതയിൽ സഞ്ചരിക്കാൻ കഴിയുമെന്ന സുദർശന്റെ കണ്ടെത്തൽ ശാസ്ത്രലോകത്ത്

---

* ഭൗതികശാസ്ത്രജ്ഞയായ തന്റെ സഹധർമ്മിണി പ്രൊഫ. ഭാമതിയോടൊപ്പം ഒരു ഭൗതികശാസ്ത്ര കോൺഗ്രസിൽ പങ്കെടുക്കാനായി അദ്ദേഹം തിരുവനന്തപുരത്ത് എത്തിയിരുന്നു. ആ സന്ദർഭത്തിൽ ഇരുവരെയും സന്ദർശിക്കാനും സൗഹൃദം പുതു ക്കാനും ഈ ലേഖകന് അവസരമുണ്ടായി.

വമ്പിച്ച ചലനങ്ങൾ സൃഷ്ടിക്കുകയുണ്ടായി. ആദ്യം പ്രസ്തുത ഗവേ ഷണ ഫലം പ്രസിദ്ധീകരിക്കാൻ മികച്ച ജേർണലുകൾ വിമുഖത കാട്ടി യെങ്കിലും പിന്നീട് ഈ വിഷയത്തെ അധികരിച്ച് ധാരാളം പ്രബന്ധ ങ്ങൾ അന്താരാഷ്ട്ര ജേർണലുകളിൽ പ്രത്യക്ഷപ്പെടുകയുണ്ടായി.

ജെറാൾഡ് ഫെയ്ൻബെർഗ് (Gerald Feinberg) ആണ് ടാക്യോൺ എന്ന പദത്തിന്റെ സ്രഷ്ടാവ് (1967). ഇതിന്റെ മൂലം 'ടാക്കസ്' (Tachus) എന്ന ഗ്രീക്ക് പദമാണ്. ആ പദത്തിനർത്ഥം 'അതിവേഗം' എന്നാണ്. സാധാരണ കണങ്ങൾ പ്രകാശത്തെക്കാൾ കുറഞ്ഞ വേഗത്തിലാണ് സഞ്ചരിക്കുന്നത്. അവയെ 'ടാഡ്യോണുകൾ' (taedyons) എന്നു പറയു ന്നു. പ്രകാശത്തിന്റെ അതേ വേഗതയിൽ സഞ്ചരിക്കുന്ന കണങ്ങളാണ് 'ലക്സോണുകൾ' (luxons).

ലോറൻസ് സമവാക്യങ്ങൾ ടാക്യോണുകൾക്ക് ബാധകമാണ്. എന്നാൽ ഒരു കേവല നിർദ്ദേശാങ്ക ചട്ടക്കൂടിന്റെ അസ്തിത്വം മാനി ക്കാത്ത കണങ്ങളാണിവ. അതായത് ആപേക്ഷികതാ സിദ്ധാന്തത്തിന്റെ അടിസ്ഥാന നിയമങ്ങളെ അവ മാനിക്കുന്നില്ല. സീമാതീതമായ വേഗത യിൽ സിഗ്നലുകൾ അയയ്ക്കാൻ ടാക്യോണുകളെ ഉപയോഗപ്പെടുത്താ മത്രേ. അത്ഭുതകരമായ മറ്റൊരു പ്രത്യേകത അവയ്ക്ക് കാലത്തിൽ പുറകോട്ടും സഞ്ചരിക്കാനാവും എന്നതാണ്. അതിനാൽ കഴിഞ്ഞുപോയ കാലഘട്ടങ്ങളിലേക്ക് സന്ദേശങ്ങൾ അയയ്ക്കാൻ അവയെ ഉപയോഗ പ്പെടുത്താം. ഇപ്പോൾ ഇവിടെനിന്ന് പുറപ്പെട്ട് ഭൂതകാലത്തിലൂടെ പുറ കോട്ട് സഞ്ചരിച്ച് ലക്ഷ്യസ്ഥാനത്ത് എത്തിച്ചേരാം.

ഇതാ ഒരു കാവ്യഭാവന.*

"ശോഭന എന്നൊരു പെൺകുട്ടി
പ്രകാശം തോല്ക്കും വേഗത്തിൽ
ആപേക്ഷികമാം മാർഗ്ഗത്തിൽ
നക്ഷത്രാന്തര ലോകത്തേക്ക്
ഇന്ന് അതിരാവിലെ പോയല്ലോ
യാത്ര കഴിഞ്ഞവളെത്തിയതോ
ഇന്നലെ നന്നേ രാത്രിയിലായ്
കേട്ടവരെല്ലാം ചൊല്ലുന്നു
അമ്പേ, എന്തൊരു മറിമായം."

ഐൻസ്റ്റൈന്റെ മറ്റുചില വിഖ്യാതമായ പ്രസ്താവനകൾ

1. യഹൂദന്മാരുടെ പാരമ്പര്യം

അറിവ് അറിവിനുവേണ്ടി എന്ന മനോഭാവം; നീതിനിഷ്ഠ, വ്യക്തിസ്വാതന്ത്ര്യത്തിനുവേണ്ടിയുള്ള അഭിവാഞ്ഛ – ഇവയാണ് യഹൂദ പാരമ്പര്യം. ഈ പാരമ്പര്യത്തിനവകാശി ആയതിൽ ഞാൻ അഭിമാനംകൊള്ളുന്നു.

---

*	റെജിനാൾഡ് ബുള്ളർ (Reginald Buller) ഇംഗ്ലീഷിൽ എഴുതിയ കവിതാശകലത്തിന്റെ ചുവടുപിടിച്ച് ഈ ലേഖകൻ നടത്തിയ സ്വതന്ത്ര രചന.

2. ശരാശരി മനസുകൾ

പ്രതിഭാശാലികളോട് ശരാശരി മനസ്സുള്ള വ്യക്തികൾക്ക് എന്നും എതിർപ്പായിരിക്കും.

3. ഭാവന

അറിവിനേക്കാൾ ശ്രേഷ്ഠമാണ് ഭാവന. അറിവിന് പരിമിതി യുണ്ട്. എന്നാൽ ഭാവനയ്ക്ക് യാതൊരു അതിരുകളുമില്ലല്ലോ.

4. അക്രമം

അക്രമം ചിലപ്പോൾ പ്രതിബന്ധങ്ങളെ വേഗം തട്ടിനീക്കിയേ ന്നിരിക്കും. പക്ഷേ ഒരിക്കലും അത് സൃഷ്ടിപരമാണെന്ന് തെളിയി ച്ചിട്ടില്ല.

5. യുദ്ധം

യുദ്ധം നിരോധിക്കാനായേക്കും, പക്ഷേ ഒരിക്കലും മാനവീ കരിക്കാനാവില്ല.

6. ലോകമഹായുദ്ധം

മൂന്നാംലോക മഹായുദ്ധത്തിലുപയോഗിക്കുന്ന ആയുധങ്ങൾ എന്തൊക്കെ ആയിരിക്കുമെന്ന് എനിക്കറിയില്ല. എന്നാൽ നാലാം ലോക മഹായുദ്ധത്തിൽ കല്ലുകളും വടികളും ആയിരിക്കും മുഖ്യ ആയുധങ്ങൾ.

18. ലോറന്റ്സ് രൂപാന്തരണത്തിന്റെ ജ്യാമിതീയ രൂപം
മിങ്കോവ്സ്കിയുടെ ലോകം

ന്യൂട്ടോണിയൻ ഭൗതികത്തിൽ, സ്പേസ് യൂക്ലീഡിയൻ സ്വഭാവത്തി ലുള്ളതാണ്. അതായത്, ഭൗതിക നിയമങ്ങൾ ത്രിമാന സ്പേസിലാണ് ആവിഷ്കരിച്ചിട്ടുള്ളത്. പരസ്പരം ലംബമായ മൂന്ന് പ്രതലങ്ങളാൽ നിർവ ചിക്കാവുന്നതാണ് യൂക്ലിഡിയൻ സ്പേസ്. ഈ സ്പേസിലെ ഓരോ ബിന്ദുവിനും മൂന്ന് നിർദേശാങ്കങ്ങൾ (co-ordinates) ഉണ്ടായിരിക്കും. ഇവയെ x, y, z എന്ന് എടുക്കുകയാണ് സാധാരണ രീതി. ഇതിൽനിന്നും വൃത്യസ്തമായി ഐൻസ്റ്റൈൻ സ്വീകരിച്ചിട്ടുള്ളത് മിങ്കോവ്സ്കിയുടെ ചതുർമാനലോകം (four dimensional world) ആണ്. ഇത് മൂന്ന് സാധാ രണ പ്രതലങ്ങളാൽ നിർവചിക്കാവുന്നതല്ല. മറിച്ച് അത് സ്ഥലകാലങ്ങ ളുടെ ഒരു ചതുർമാന സാതത്യം അഥവാ നൈരന്തര്യം (four dimen-sional continuum) ആകുന്നു.

മിങ്കോവ്സ്കിയുടെ ലോകത്തു നടക്കുന്ന ഒരു സംഭവം വിവരിക്കു ന്നതിന് നാല് നിർദേശാങ്കങ്ങൾ ആവശ്യമാണ്–സ്പേസിന്റെ മൂന്നു നിർദേ ശാങ്കങ്ങളും, സമയത്തിന്റെ ഒന്നും; സൗകര്യാർത്ഥം ആദ്യത്തെ മൂന്ന് എണ്ണം സ്പേസിന്റെയും, നാലാമത്തേത് സമയത്തിന്റെയും ആയി നിജ

പ്പെടുത്തിയിരിക്കുന്നു. ഈ ചതുർമാന നൈരന്തര്യത്തിൽ ഒരു ബിന്ദു വിന് (x, y, z, ict) എന്നിങ്ങനെ നാല് നിർദ്ദേശാങ്കങ്ങൾ ഉണ്ടായിരിക്കും. ഇവിടെ $i = \sqrt{-1}$, c = പ്രകാശവേഗത. ഇത്തരം ബിന്ദുക്കളെ ലോകബിന്ദു ക്കൾ (world points) എന്നു പറയുന്നു. അങ്ങനെ സംഭവങ്ങളുടെ ചിത്രീ കരണം ലോകബിന്ദുക്കളാൽ നിർവ്വഹിക്കപ്പെടുന്നു. ലോകബിന്ദുക്കളുടെ സഞ്ചലനം ലോകരേഖ (world line)കളെ ജനിപ്പിക്കുന്നു.

ലോറൻറ്സ് രൂപാന്തരണം മിങ്കോവ്സ്കി സ്പേസിലെ നിർദ്ദേശാങ്ക രേഖകളുടെ (അക്ഷരേഖകളുടെ) ഘൂർണനത്തിന് (rotation) തുല്യമാ ണെന്ന് കാണിക്കാൻ കഴിയും. അതായത്, പ്രസ്തുത അക്ഷരേഖകളെ മൂലബിന്ദു (origin)വിനു ചുറ്റും തിരിച്ച് ലോറൻറ്സ് രൂപാന്തരണം സാദ്ധ്യ മാക്കാം. സൗകര്യാർത്ഥം (x, ct) പ്രതലം മാത്രം തൽക്കാലം പരിഗണി ക്കാം. അപ്പോൾ $(x^2 - c^2t^2)$ എന്നത് ലോറൻറ്സ് രൂപാന്തരണത്തിൽ മാറ്റ മില്ലാതെ (invariant ആയി) വർത്തിക്കുന്നു എന്നു കാണാം.

വിശിഷ്ടാപേക്ഷികതാ സിദ്ധാന്തമനുസരിച്ച് ചതുർമാനലോക ത്തിൽ, സംഭവങ്ങൾ അരങ്ങേറുന്ന സ്ഥല-കാല ബിന്ദുക്കൾ തമ്മിലുള്ള അകലം കേവലമായ യാഥാർത്ഥ്യം (absolute reality) ആണ്. അതു പോലെ തന്നെയാണ് ലോക ബിന്ദുക്കളും ലോക രേഖകളും. 1908 സെപ്തംബർ 21 ന് കൊളോണിൽ (cologne) നടന്ന 18-ാമത് ദേശീയ ശാസ്ത്രജ്ഞ സമ്മേളനത്തിൽ മിങ്കോവ്സ്കി ഈ ആശയങ്ങൾ അവ തരിപ്പിക്കുകയുണ്ടായി. ഈ സമ്മേളനത്തിലാണ് മിങ്കോവ്സ്കി സ്ഥല -കാലങ്ങളുടെ ജ്യാമിതീയ വ്യാഖ്യാനം ആദ്യമായിട്ടവതരിപ്പിച്ചത്. മിങ്കോവ്സ്കി തന്റെ പ്രഭാഷണത്തിൽ പ്രത്യേക ഊന്നൽ കൊടുത്തു പറഞ്ഞ കാര്യമിതാണ്:

ഞാൻ നിങ്ങളുടെ മുമ്പാകെ അവതരിപ്പിക്കാൻ ആഗ്രഹിക്കുന്ന സ്ഥല-കാല സംബന്ധിയായ ആശയങ്ങൾ എക്സ്പെരി മെന്റൽ ഫിസിക്സിന്റെ മണ്ണിൽ മുളച്ചതാണ്. അതാണ് അവ യുടെ കരുത്തിന്റെ രഹസ്യം. അവ തികച്ചും യുക്ത്യധിഷ്ഠി തമാണെന്നതിൽ സംശയമില്ല. ഇനിമേൽ കാലത്തിനും സ്ഥല ത്തിനും സ്വതന്ത്രമായ അസ്തിത്വം ഇല്ല തന്നെ. രണ്ടും കൂടിച്ചേർന്നതാണ് യാഥാർത്ഥ്യം.
(x, y, z, ct) കൊണ്ട് നിർവ്വചിക്കപ്പെടുന്ന ലോകത്ത് കണങ്ങ ളുടെ ബലതന്ത്രം ഒരു ചതുർമാന ജ്യാമിതി ആയി വികസിപ്പി ക്കാൻ കഴിയും. x, y, z, ict ഉപയോഗിക്കുന്ന കുറേക്കൂടി ലളി തമായ മറ്റൊരു സമീപനമുണ്ട്. അതിന്റെ വിശദാംശങ്ങൾ വഴിയെ കാണാവുന്നതാണ്.

19. സ്ഥലകാല ബിന്ദുക്കൾ തമ്മിലുള്ള അകലം

S എന്ന വ്യൂഹത്തിൽ (x, y, z) എന്ന ബിന്ദുവിൽ t എന്ന സമയത്ത് ഒരു സംഭവം അരങ്ങേറുന്നുവെന്നിരിക്കട്ടെ. മറ്റൊരു സംഭവം അല്പ സമ

യത്തിനുശേഷം, തൊട്ടടുത്തൊരു ബിന്ദുവിൽ നടക്കുന്നുവെന്നും കരു
തുക. ഈ സ്ഥാനം $(x + dx, y + dy, z + dz)$ ഉം, സംഭവം നടക്കുന്ന
സമയം $(t + dt)$ ഉം ആകട്ടെ. s നെ അപേക്ഷിച്ച് സ്ഥിരവേഗത (v)യിൽ
സഞ്ചരിക്കുന്ന വ്യൂഹമാണ് s'. ഇതിനെ അപേക്ഷിച്ച് പ്രസ്തുത സംഭവ
ങ്ങളുടെ സ്ഥലകാല ബിന്ദുക്കൾ $(x' + dx', y' + dy', z' + dz', t + dt')$
എന്നും ആയിരുന്നാൽ, ലോറന്റ്സ് നിർദ്ദേശാങ്ക രൂപാന്തരണം അനുസ
രിച്ച്,

$$dx = \lambda \,[dx' + vdt']$$
$$dy = dy'$$
$$dz = dz' \qquad\qquad (1)$$
$$dt = \lambda \,[dt' + vdx'/c^2]$$

ഇവിടെ $\lambda = \dfrac{1}{\sqrt{1 - v^2/c^2}}$

അടുത്തടുത്തുള്ള രണ്ട് സ്ഥല-കാല ബിന്ദുക്കൾ തമ്മിലുള്ള
അകലം ആണെങ്കിൽ

$$ds^2 = dx^2 + dy^2 + dz^2 - c^2dt^2 \qquad\qquad (2)$$

സംഭവങ്ങളുടെ സ്ഥലകാല ബിന്ദുക്കൾ രണ്ടു നിരീക്ഷകർക്കും
വ്യത്യസ്തമാണെങ്കിലും, അവ തമ്മിലുള്ള അകലം ds ഒന്നുതന്നെയായി
രിക്കും. ds^2 പോസിറ്റീവോ നെഗറ്റീവോ ആകാം. ds^2 പോസിറ്റീവ് $(ds^2 > 0)$
ആയിരുന്നാൽ ds സ്പേസ് സ്വഭാവത്തിലുള്ളതും, ds^2 നെഗറ്റീവ് $(ds^2 < 0)$
ആയിരുന്നാൽ ds സമയ സ്വഭാവത്തിലുള്ളതും ആയിരിക്കുമത്രെ.

രണ്ടു നിരീക്ഷകർ രണ്ടു സംഭവങ്ങൾ വീക്ഷിക്കുന്നുവെന്നിരിക്കട്ടെ.
അവരിൽ ഒരാൾ s വ്യൂഹത്തിൽ വിരാമാവസ്ഥയിലും, മറ്റേയാൾ s' വ്യൂഹ
ത്തിൽ അതേ അവസ്ഥയിലും ആണെങ്കിൽ, വിശിഷ്ടാപേക്ഷികതാ
സിദ്ധാന്തമനുസരിച്ച് അവർ സംഭവങ്ങൾ തമ്മിലുള്ള ഇടവേള (സ്ഥല-
കാല വ്യത്യാസം) രണ്ടു തരത്തിലായിരിക്കും രേഖപ്പെടുത്തുക. എന്നാൽ
ds, ഇരുവരും ഒരേപോലെയായിരിക്കും നിർണ്ണയിക്കുന്നത്.

ചില ഉദാഹരണങ്ങൾ നോക്കാം:

ഒരു സംഭവം നടക്കുന്നത് s വ്യൂഹത്തിന്റെ $x = 0$ എന്ന സ്ഥാനത്തും
$t = 0$ എന്ന സമയത്തും ആണെന്നിരിക്കട്ടെ. രണ്ടാമത്തെ സംഭവം നട
ക്കുന്നത് $x = 6c$ യിലും, $t = 10$ സെക്കൻഡിലും ആയിരിക്കട്ടെ.
$y = 0, z = 0$ എന്നും ധരിക്കുക. 6c എന്നത് $6 \times 3 \times 10^8$ മീറ്റർ എന്നു കണ
ക്കാക്കണം. s വ്യൂഹത്തിൽ

$$ds^2 = dx^2 - c^2dt^2$$
$$= (6c)^2 - c^2.10^2 = 36c^2 - 100c^2$$
$$= -64c^2$$

നെഗറ്റീവ് ആയതിനാൽ 'സമയ സ്വഭാവത്തിലുള്ള' (time-like) ഇട
വേള (interval) ആണ്.

ഇനി s' എന്ന മറ്റൊരു വ്യൂഹം പരിഗണിക്കുക. ഇത് s നെ അപേ

ക്ഷിച്ച് c/2 സ്ഥിരവേഗതയിൽ സഞ്ചരിക്കുന്നുവെന്നിരിക്കട്ടെ.

ഇവിടെ
$$\lambda = \frac{1}{\sqrt{1 - v^2/c^2}} = 2/\sqrt{3}$$

$$dx^1 = \lambda\,[dx - cdt]$$
$$= \frac{2}{\sqrt{3}}[6c - (c/2)10]$$
$$= \frac{2c}{\sqrt{3}}$$
$$dt' = \lambda\,[dt - vdx/c^2]$$
$$= \frac{2}{\sqrt{3}}\left[10 - \frac{c}{2} \cdot \frac{bc}{c^2}\right]$$
$$= 14/\sqrt{3}$$

അതിനാൽ, s' ൽ $ds^2 = \left(\frac{2c}{\sqrt{3}}\right)^2 - c^2 \cdot \left(\frac{14}{\sqrt{3}}\right)^2$

$$= -64\,c^2$$

ഇതിൽനിന്നും, ds^2 ഒരു സ്ഥിര ഫലനമാണെന്ന് വ്യക്തമായല്ലോ. ഈ വസ്തുത സംശയാതീതമായി സ്ഥാപിക്കുന്നതിന് മൂന്നാമതൊരു ഉദാഹരണംകൂടി പരിഗണിക്കാം.

$$v = 3c/5$$
അപ്പോൾ $\lambda = 5/4$
$$dx' = 0,\ dt' = 8\ \text{സെ.}$$
അതിനാൽ $ds^2 = dx' - c^2\,dt^2$
$$= 0 - c^2.64$$
അതായത് $ds^2 = -64c^2$

ഇവിടെ $dx' = 0$ ആയതിനാൽ രണ്ടു സംഭവങ്ങളും ഒരേ ബിന്ദുവിൽ നടക്കുന്നതാണ്.

20. സ്ഥല-കാലങ്ങളുടെ സമാവസ്ഥ

s, s' എന്ന രണ്ട് നിർദ്ദേശാങ്ക വ്യൂഹങ്ങൾ പരിഗണിക്കുക. തുടക്കത്തിൽ അവ ഒരേ സ്ഥാനത്ത് സ്ഥിതി ചെയ്യുന്നു. അതായത് രണ്ടിന്റെയും x, y, z അക്ഷരേഖകൾ ഒരേ ദിശകളിലും, മൂലബിന്ദുക്കൾ (origins) o, o' ഒരേ സ്ഥാനത്തും സ്ഥിതി ചെയ്യുന്നു. $t = t' = 0$ എന്ന സമയത്ത് ഒരു ബിന്ദുവിൽ ഒരു പ്രഭാനാളം ജ്വലിപ്പിക്കുന്നതായി സങ്കല്പിക്കുക. ഈ സംഭവത്തിന്റെ സ്ഥല-കാല നിർദ്ദേശാങ്കങ്ങൾ s ൽ (x, y, z, t), s' ൽ (x', y', z', t')എന്നിങ്ങനെ ആണെന്നിരിക്കട്ടെ. ഉത്ഭവ സ്ഥാനത്തുനിന്നും ഒരേ വേഗതയിൽ നാലുപാടും പ്രസരിക്കുന്ന പ്രകാശത്തിന്റെ മുന്നേറ്റം താഴെപ്പറയുന്ന സമീകരണങ്ങൾകൊണ്ട് വിവരിക്കാം.

$$\text{വ്യൂഹം } s : x^2 + y^2 + z^2 - c^2t^2 = 0 \qquad (1)$$
$$\text{വ്യൂഹം } s' : x'^2 + y'^2 + z'^2 - c^2t'^2 = 0 \qquad (2)$$

വിശിഷ്ടാപേക്ഷികതാ സിദ്ധാന്തമനുസരിച്ച് (x, y, z, t), (x', y', z', t') ഇവ തമ്മിലുള്ള ബന്ധം ഇപ്രകാരമാണ്:

$$x' = \lambda (x - vt) \; ; \; \lambda = \sqrt{1 - v^2/c^2}$$
$$y' = y$$
$$z' = z \qquad (3)$$
$$t' = \lambda (t - vx/c2)$$

അതുപോലെ മറിച്ച്

$$x = \lambda (x' + vt')$$
$$y = y'$$
$$z = z' \qquad (4)$$
$$t = \lambda (t' + x/c^2)$$

സമവാക്യങ്ങൾ (3)-ഉം, (4)-ഉം സ്ഥലകാലങ്ങളുടെ സമാവസ്ഥയ്ക്ക് നിദർശനമാണെന്നു പറയേണ്ടതില്ലല്ലോ.

21. ദ്രവ്യമാന-ഊർജ്ജ സംബന്ധം: mc^2

വിശിഷ്ട ആപേക്ഷികതാ സിദ്ധാന്തം ആത്യന്തികമായി $E = mc^2$ എന്ന പ്രസിദ്ധമായ ദ്രവ്യമാന ഊർജ്ജ സംബന്ധത്തിലേക്കു നയിക്കുന്നു. ഈ സമവാക്യത്തിൽ E - ഊർജ്ജത്തെയും, m - ദ്രവ്യമാനത്തെയും, c - പ്രകാശവേഗതയെയും സൂചിപ്പിക്കുന്നു. ഐൻസ്റ്റൈന്റെ ഏറ്റവും ശ്രദ്ധേയമായ സംഭാവനയാണിതെന്ന കാര്യത്തിൽ സംശയമില്ല. ദ്രവ്യത്തെ ഊർജ്ജമാക്കി മാറ്റാമെന്ന ആശയത്തിന്റെ അടിസ്ഥാനം ഈ സമവാക്യമാണ്. ഭൗതികശാസ്ത്രം ആഴത്തിൽ പഠിക്കുകയോ അതിൽ വേണ്ടത്ര അവഗാഹം നേടുകയോ ചെയ്തിട്ടില്ലാത്ത സാമാന്യ ജനങ്ങ ളിൽ പലർക്കും ഈ സമവാക്യം പരിചിതമാണ് എന്നതാണ് കൗതുക കരമായ വസ്തുത.

ശാസ്ത്ര സാങ്കേതിക വിദഗ്ദ്ധരുടെ കൈയിൽ ഇത് മനുഷ്യവർഗ്ഗ ത്തിന്റെ സർവ്വനാശത്തിനുപോലും ഉതകുന്ന അതിശക്തമായ ആയുധ മായിത്തീരുകയുണ്ടായി എന്നതും അത്യന്തം ശ്രദ്ധേയമാണ്. 'ഊർജ്ജം = ദ്രവ്യമാനം X പ്രകാശവേഗതയുടെ വർഗം' എന്ന ലളിത മായ സമവാക്യം ദ്രവ്യവും ഊർജ്ജവും തുല്യമാനം (equivalent) ആ ണെന്നു വ്യക്തമാക്കുന്നു. ദ്രവ്യത്തെ ഊർജ്ജമായും, ഊർജ്ജത്തെ ദ്രവ്യ മായും രൂപാന്തരപ്പെടുത്താമെന്ന സൂചന ഉൾക്കൊള്ളുന്നു എന്നതാണ് ഈ സമവാക്യത്തിന്റെ പരമ പ്രാധാന്യം. ഈ സൂചനയാണ് അണുശ ക്തിയുടെ കണ്ടുപിടിത്തത്തിലേക്ക് ശാസ്ത്രജ്ഞരെ നയിച്ചത്. ന്യൂക്ലി യർ റിയാക്ടറുകളിലും, ആണവായുധങ്ങളിലും ദ്രവ്യത്തെ പൂർണ്ണമായും ഊർജ്ജമാക്കി രൂപാന്തരപ്പെടുത്തുകയാണ് ചെയ്യുന്നത്.

പ്രകാശവേഗത c വലിയൊരു സംഖ്യ $(3 \times 10^8$ മീറ്റർ/സെക്കൻഡ)

ആയതിനാൽ ദ്രവ്യമാനം m-നു സമാനമായ ഊർജ്ജത്തിന്റെ അളവ് തികച്ചും ഭീമാകാരമായിരിക്കുമല്ലോ. ഒരു ഗ്രാം ദ്രവ്യത്തെ ഊർജ്ജമാക്കി മാറ്റിയാൽ $1 \times 10^{-3} \times (3 \times 10^8)^2 = 9 \times 10^{13} \approx 10^{14}$ ജൂൾ ഊർജ്ജം ലഭിക്കും. അപ്പോൾ, ഒരു കിലോഗ്രാം ദ്രവ്യത്തിൽനിന്നും ലഭിക്കുന്നത് 10^{17} ജൂൾ ഊർജ്ജമായിരിക്കും - ഏതാണ്ട് 2800 ടൺ കൽക്കരിയിൽനിന്നു കിട്ടു ന്നത്രയും ഊർജ്ജം.

ഫ്രിഷ് (Frisch), മൈറ്റ്നർ (Meitner) എന്നീ ശാസ്ത്രജ്ഞർ, അണു കേന്ദ്രത്തിൽ നിബ്ബദ്ധിച്ചിരിക്കുന്ന ഊർജ്ജം എങ്ങനെ വിമുക്തമാക്കാ മെന്നതു സംബന്ധിച്ച പഠനങ്ങൾ നടത്തുകയുണ്ടായി.

യുറേനിയം അണുകേന്ദ്രത്തിൽ ഒരു ന്യൂട്രോണിനെ കടത്തിവിട്ടാൽ അത് അണുകേന്ദ്രത്തിന്റെ വിഭജനത്തിൽ കലാശിക്കുമെന്ന് ബോദ്ധ്യ മായി. ന്യൂട്രോൺ പ്രവേശിക്കുന്നതോടെ അണുകേന്ദ്രത്തിന്റെ ഭാരം വർദ്ധിക്കുമെന്നു മാത്രമാണ് ആദ്യം കരുതിയിരുന്നത്. അണുകേന്ദ്ര വിഘ ടന (nuclear fission)ത്തിന്റെ സാങ്കേതികവിദ്യ പിന്നീടാണ് വികസിപ്പിക്ക പ്പെട്ടത്. വിഘടനഫലമായുണ്ടാകുന്ന ഉല്പന്നങ്ങളുടെ ആകെ ദ്രവ്യമാനം വിഘടനം സംഭവിക്കുന്നതിനു മുമ്പുണ്ടായിരുന്നതിനേക്കാൾ അല്പം കുറവായിട്ടാണ് കാണുന്നത്. എന്നാൽ ദ്രവ്യമാന നഷ്ടത്തിനു തുല്യമായ അളവിൽ ഊർജ്ജം ലഭ്യമാകുന്നുണ്ട്.

$$E = \Delta mc^2$$

Δm - ആണ് ദ്രവ്യമാനത്തിനുണ്ടാകുന്ന കുറവ്. അങ്ങനെ ഐൻസ്റ്റൈന്റെ $E = mc^2$ എന്ന ദ്രവ്യമാന-ഊർജ്ജ ഫോർമുലയ്ക്കു തെളിവായയല്ലോ.

ഐൻസ്റ്റൈന്റെ സമവാക്യം ജന്മംകൊണ്ടത് 1905 ൽ ആണ്. ഏതാണ്ട് മൂന്നു പതിറ്റാണ്ടുകൾ കഴിഞ്ഞപ്പോഴേക്കും അണുഭേദന ത്തിന്റെ രഹസ്യം ഭൗതികശാസ്ത്രജ്ഞർ കണ്ടെത്തി. അണുകേന്ദ്രത്തി ലേക്ക് അനായാസം ന്യൂട്രോണിനെ എയ്ത് കയറ്റാമെന്നും, അപ്പോൾ യുറേനിയംപോലെ തിങ്ങിനിറഞ്ഞ് കണങ്ങളുള്ള അണുകേന്ദ്രം ആടി ഉലയുമെന്നും, ഉലഞ്ഞ് ഉലഞ്ഞ് അവസാനം ഭേദിക്കപ്പെടുമെന്നും മനസ്സി ലായി. ഈ പ്രക്രിയയെ സംബന്ധിച്ചിടത്തോളം വൈദ്യുതചാർജ്ജ് ഇല്ലാ ത്തതാണ് ന്യൂട്രോണിന്റെ മേന്മ. അതുകൊണ്ടാണ് അണുകേന്ദ്രത്തിലെ പോസിറ്റീവ് ചാർജ്ജിനെ അവഗണിച്ചുകൊണ്ട് അതിനെ അവിടെ പ്രവേശിപ്പിക്കാൻ കഴിയുന്നത്.

ഈ വസ്തുതകൾ മൈറ്റ്നർക്ക് ബോദ്ധ്യമായി. അണുകേന്ദ്രത്തിൽ പരസ്പരം വികർഷിക്കുന്ന പോസിറ്റീവ് ചാർജ്ജ് വാഹികളായ പ്രോട്ടോ ണുകൾ പ്രബല ന്യൂക്ലിയർ ബല (strong nuclear force) ത്തിന് അടി പ്പെട്ടു കഴിയുകയാണല്ലോ. പുറത്തുനിന്നും ഒരു ന്യൂട്രോൺ അധികപ്പ റ്റായി കടന്നുചെല്ലുമ്പോഴുണ്ടാകുന്ന അസ്ഥിരത ഈ സ്ഥിതിവിശേഷം സൃഷ്ടിക്കുന്നു. അണുകേന്ദ്രം പിളരുന്നതോടെ അവിടെ ബന്ധനസ്ഥ മായിരുന്ന ഊർജ്ജം വിഭജനോല്പങ്ങളുടെ ഗതികോർജം (kinetic energy) ആയി പ്രത്യക്ഷപ്പെടുന്നു. ഇതിന്റെ അളവ് നിർണയിക്കുന്നത് c^2 എന്ന വലിയ സംഖ്യയാണ്: 10^{17} (10,000,000,000,000,000,0).

ഹിരോഷിമ നാഗസാക്കി അണുബോംബ് വിസ്ഫോടനം

ഇത് തീർച്ചയായും 'ഭയങ്കരമായ' ഒരു കണ്ടുപിടിത്തം ആയിരുന്നു. ക്രമേണ അത് അണുബോംബി(atom bomb)ന്റെ നിർമ്മാണത്തിലും തുടർന്നുള്ള പ്രയോഗത്തിലും കലാശിച്ചു എന്നത് ചരിത്രസംഭവം ആണ ല്ലോ. ലോകചരിത്രത്തിലെ ഏറ്റവും വലിയ യുദ്ധം അവസാനിക്കുന്ന തിന് അത് കളമൊരുക്കി എന്നതും ശ്രദ്ധേയമാണ്. ജപ്പാന്റെ സൈന്യം അന്നത്തെ ബ്രിട്ടീഷ് ഇന്ത്യയെ ലക്ഷ്യമാക്കി അതിർത്തിദേശമായ ബർമ്മ യിൽ പ്രവേശിച്ചുകഴിഞ്ഞിരുന്നു. ഹിരോഷ്മയിലും, നാഗസാക്കിയിലും അണുബോംബ് പ്രയോഗിച്ചതോടെ ആ മുന്നേറ്റം നിലച്ചു. ഭവിഷ്യത്ത് അതിദാരുണമായിരുന്നെങ്കിലും ജപ്പാൻ കീഴടങ്ങാൻ നിർബന്ധിതമായി. പരോക്ഷമായി ഇന്ത്യക്ക് മറ്റൊരു തരത്തിലും അത് ഗുണകരമായി ഭവിച്ചു. ഗാന്ധിജിയുടെ നേതൃത്വത്തിൽ ബ്രിട്ടീഷുകാർക്കെതിരെ നടന്നുവന്ന സ്വാതന്ത്ര്യസമരം കൊടുമ്പിരികൊണ്ടിരുന്ന സാഹചര്യത്തിലും ഇന്ത്യ വൈരം മറന്ന് ബ്രിട്ടീഷുകാർക്കൊപ്പം നില്ക്കുകയുണ്ടായി. തുടർന്നു ണ്ടായ നാടകീയമായ ചരിത്രസംഭവങ്ങളുടെ അവസാനം ബ്രിട്ടീഷുകാർ ഇന്ത്യയിൽനിന്നും പിൻവാങ്ങി. അങ്ങനെ 1947 ൽ ഇന്ത്യക്ക് സ്വാതന്ത്ര്യം ലഭിച്ചു.

1905 ൽ വിശിഷ്ട ആപേക്ഷികതാസിദ്ധാന്തം പ്രസിദ്ധീകരിച്ച് 4 മാസ ത്തിനകം ഐൻസ്റ്റൈൻ 3 പേജ് വരുന്ന ഒരു കുറിപ്പ് അതിനോട് കൂട്ടി ച്ചേർക്കുകയുണ്ടായി. ഈ കുറിപ്പിലാണ് അദ്ദേഹം തന്റെ വിശ്വപ്രസിദ്ധ

മായിത്തീർന്ന $E = mc^2$ എന്ന സമവാക്യം അവതരിപ്പിച്ചിട്ടുള്ളത്. ഊർജ്ജ വും, ദ്രവ്യമാനവും തമ്മിലുള്ള വേർതിരിവ് ഇല്ലാതായതിന്റെ രസകര മായ ആവിഷ്കാരം ആയിരുന്നു അത്. ഒരു വസ്തുവിന്റെ ദ്രവ്യമാനം അതുൾക്കൊള്ളുന്ന ഊർജ്ജത്തിന്റെ അളവായിരിക്കുമെന്ന് ഈ കുറി പ്പിൽ ഐൻസ്റ്റൈൻ ചൂണ്ടിക്കാട്ടി. ഊർജം നഷ്ടപ്പെട്ടാൽ അതിനനുസ രിച്ച് ഒരു വസ്തുവിന്റെ ദ്രവ്യമാനം കുറയുമെന്നും ഊർജ്ജം പുറമെ നിന്ന് ആഗിരണം ചെയ്താൽ, തദനുസരണം ദ്രവ്യമാന വർധനവ് ഉണ്ടാ കുമെന്നും ആയിരുന്നു ഐൻസ്റ്റൈന്റെ വാദഗതി.

വസ്തുവിന് നഷ്ടപ്പെടുന്ന ഊർജ്ജം E ആണെങ്കിൽ അതിന്റെ ദ്രവ്യമാനം, E/c^2 കുറയുമെന്നും, ഊർജ്ജം E ആഗിരണം ചെയ്യുമ്പോൾ ദ്രവ്യമാനത്തിൽ E/c^2 വർദ്ധനവുണ്ടാകുമെന്നും ഗണിതക്രിയകളുടെ സഹായത്തോടെ ഐൻസ്റ്റൈൻ കാണിക്കുകയുണ്ടായി.

22. അണുവിഘടനത്തിന്റെ ശൃംഖലാപ്രവർത്തനവും അണുബോംബും

ഒരു യുറേനിയം അണുകേന്ദ്രം വിഘടിക്കുമ്പോൾ വിഭജനോല്പന്ന ങ്ങളോടൊപ്പം രണ്ടോ മൂന്നോ ന്യൂട്രോണുകൾകൂടി സ്വതന്ത്രമാക്കപ്പെ ടുന്നു. ഈ ന്യൂട്രോണുകൾ ഓരോന്നും വീണ്ടും അണുകേന്ദ്ര വിഘടനം സൃഷ്ടിക്കുന്നു. ഈ പ്രക്രിയ നിർബാധം തുടരുന്നതോടെ നിമിഷാർദ്ധം കൊണ്ട് അണുവിഘടനത്തിന്റെ ഒരു ശൃംഖലാ പ്രവർത്തനം (chain reaction) രൂപംകൊള്ളുന്നു. ഈ ശൃംഖലാപ്രവർത്തനം അതിഭീമമായ തോതിൽ താപരൂപത്തിൽ ഊർജ്ജപ്രളയം സൃഷ്ടിക്കുന്ന ഒരു വൻ സ്ഫോടനത്തിൽ കലാശിക്കുന്നു.

അണുബോംബിൽ അണുകേന്ദ്ര വിഘടനത്തിന്റെ ശൃംഖലാപ്രവർ ത്തനം ദ്രവ്യം മുഴുവനും ഊർജ്ജമായി മാറുന്നതുവരെ അനിയന്ത്രിത മായി തുടരുന്നു. ആണവോർജ്ജത്തിന്റെ സമാധാനപരമായ വിനിയോ ഗത്തിന് അതിനെ നിയന്ത്രണവിധേയമാക്കേണ്ടതുണ്ട്. അതിനുള്ള സാങ്കേതികവിദ്യ താമസിയാതെ വികസിപ്പിക്കുകയുണ്ടായി. അങ്ങനെ ന്യൂക്ലിയർ റിയാക്ടറുകൾ നിലവിൽ വന്നു.

ബോംബു സ്ഫോടനം സൃഷ്ടിക്കുന്ന സ്ഥിതിവിശേഷം വർണ്ണനാ തീതമാണ്. അണുവിഭജനം തുടങ്ങിക്കഴിഞ്ഞാൽ ശൃംഖലാ പ്രവർത്തന ത്തിലൂടെ മുഴുവൻ ദ്രവ്യവും ഊർജ്ജമായി മാറുന്നതുവരെ അതു തുടരും. വിമോചിപ്പിക്കപ്പെടുന്ന ഊർജ്ജം മുഖ്യമായും താപമായിട്ടായി രിക്കും പുറത്തുവരുന്നത്. അനിയന്ത്രിതമായി തുടരുന്ന വിഘടന പ്രക്രി യയിൽ സീമാതീതമായ അളവിൽ താപം മാത്രമല്ല, കാതടപ്പിക്കുന്ന ശബ്ദവും, കണ്ണഞ്ചിക്കുന്ന പ്രഭാപൂരവും, മാരകമായ തീവ്രതയിൽ എക്സ്-റേയും മറ്റു വികിരണങ്ങളും എല്ലാം ഉണ്ടായി ഉടനടി നാലു പാടും വ്യാപിക്കും. മനുഷ്യരും, മൃഗങ്ങളും, ചെടികളും, വൻമരങ്ങളും കത്തിനശിക്കും. കെട്ടിടങ്ങൾ തകർന്ന് മണ്ണടിയും. ഒരു സെക്കൻഡിന്റെ പതിനായിരത്തിലൊരംശം സമയത്തിനകം, സർവ്വനാശം വിതയ്ക്കുന്ന ആ സംഹാര താണ്ഡവത്തിൽ എല്ലാം നാമാവശേഷമാകും. ആകാശം പൊട്ടിപ്പിളർന്ന് ആയിരക്കണക്കിന് സൂര്യഗോളങ്ങൾ ഒരുമിച്ച് പ്രത്യക്ഷ

പ്പെട്ടതുപോലെ അത്യുജ്ജലമായ പ്രഭാപൂരമായിരിക്കും സൃഷ്ടിക്കപ്പെ ടുക. മറ്റൊരു സവിശേഷ ദൃശ്യവിശേഷം താമസിയാതെ പ്രത്യക്ഷപ്പെ ടും. 'കുമിൾ' ആകൃതിയിൽ ഉയർന്നുവരുന്ന ഭീമാകാരമായ വെള്ളിമേ ഘങ്ങളാണത്.

ആരെങ്കിലും മരണത്തിൽനിന്നും താല്ക്കാലികമായി രക്ഷപ്പെടുന്നെ ങ്കിൽതന്നെ അവരും അവരുടെ നിരവധി പിൻതലമുറക്കാരും റേഡിയേ ഷൻ വിപത്തെന്ന ദുരന്തത്തിൽനിന്ന് ശരിക്കും രക്ഷപ്പെടുകയില്ല. അവർ റേഡിയേഷൻ വിപത്തിനിരയായി നരകതുല്യമായ ജീവിതം ആയിരിക്കും നയിക്കേണ്ടി വരുക.

സാധാരണ ബോംബു സ്ഫോടനത്തിന്റെ ദുരന്ത പ്രത്യാഘാതം ബോംബ് വീഴുന്ന സ്ഥലത്തും സമയത്തും ആയിട്ട് ഒതുങ്ങി നില്ക്കു കയേ ഉള്ളൂ. ഇവിടെ അതല്ലല്ലോ സ്ഥിതി.

23. ഐൻസ്റ്റൈൻ ജർമ്മനിയിൽ

1914 ൽ ഐൻസ്റ്റൈൻ ജർമ്മനിയിലെത്തി. ഒന്നാംലോക മഹായുദ്ധം ആരംഭിച്ചുകഴിഞ്ഞിരുന്നു. അതിൽ ജർമ്മനിയുടെ പങ്ക് വളരെ വലുതായി രുന്നു. യുദ്ധകാര്യങ്ങളുമായി സഹകരിക്കാൻ ഐൻസ്റ്റൈന്റെമേൽ സമ്മർദ്ദമുണ്ടായിരുന്നെങ്കിലും അദ്ദേഹം ഒഴിഞ്ഞുമാറുകയാണുണ്ടായത്. താൻ ഒരു സ്വിസ് പൗരനാണെന്നും ജർമ്മനിയുടെ വിധ്വംസക പ്രവർത്തന ങ്ങളെ സഹായിക്കാൻ തനിക്കു ബാദ്ധ്യതയില്ലെന്നും ആയിരുന്നു ഐൻ സ്റ്റൈന്റെ നിലപാട്. ജർമ്മൻ പൗരത്വം സ്വീകരിക്കാൻ അദ്ദേഹം വിസമ്മ തിച്ചിരുന്നു. എന്നാൽ തന്റെ സുഹൃത്തും, യുദ്ധത്തെ ശക്തമായി എതിർ ക്കുകയും ചെയ്തിരുന്ന ആഡ്ലറെ അധികൃതർ വധശിക്ഷയ്ക്കു വിധിച്ച പ്പോൾ അദ്ദേഹത്തെ രക്ഷിക്കുന്നതിനായി വില്യം കൈസറുടെ അനു ഭാവം നേടുന്നതിനുവേണ്ടി ഐൻസ്റ്റൈൻ നിലപാട് മാറ്റി ജർമ്മൻ പൗരത്വം സ്വീകരിക്കാൻ നിർബ്ബന്ധിതനായി.

1918 ൽ യുദ്ധം അവസാനിച്ചു. ജർമ്മനി യുദ്ധത്തിൽ ദയനീയമായി പരാജയപ്പെട്ടു. സാമ്പത്തികമായി രാജ്യം തകർന്നുതരിപ്പണമായി എന്നു തന്നെ പറയാം. ഭരണാധിപൻ കൈസർ ഹോളണ്ടിലേക്ക് രക്ഷപ്പെട്ടു. ആ സ്ഥാനത്ത് എത്തിയത് കുപ്രസിദ്ധനായ ഏകാധിപതി ഹിറ്റ്ലർ (Hitler) ആയിരുന്നു. ജൂത വിരോധി ആയിരുന്ന ഹിറ്റ്ലർ ജൂതന്മാരെ (Jews) തേടിപ്പിടിച്ച് പീഡിപ്പിക്കുകയും തുടർന്ന് സംഹരിക്കുകയും ചെയ്തുകൊണ്ടിരുന്നു. ഒരു ജൂത വംശജനായ ഐൻസ്റ്റൈൻ കഴിയുന്ന വിധത്തിൽ ജൂതന്മാരെ സഹായിച്ചു. ജൂത സംഘടനയായ 'സിയോ ണിസ്റ്റ്' (Zionist) പ്രസ്ഥാനത്തെ സഹായിക്കാനും, ആഗോളതലത്തിൽ ജൂതന്മാരോട് സഹാനുഭൂതി ജനിപ്പിക്കാനും ഒരു ലോക പര്യടനം നട ത്താൻ ഐൻസ്റ്റൈൻ തയ്യാറായി. ഇതിനകം ഹിറ്റ്ലർ ജർമ്മൻ ചാൻസലർ ആയി. ഐൻസ്റ്റൈനെ പിടികൂടി വധിക്കാനും പദ്ധതി ഉണ്ടാക്കി. ഐൻ സ്റ്റൈൻ എന്തായാലും രഹസ്യമായി രക്ഷപ്പെട്ടു. അമേരിക്കയിലെത്തി, പ്രിൻസ്റ്റണിൽ താമസമുറപ്പിച്ചു. പ്രിൻസ്റ്റൺ യൂണിവേഴ്സിറ്റി ആദര പൂർവ്വം ഐൻസ്റ്റൈനെ സ്വീകരിച്ചു.

24. അണുബോംബും ഐൻസ്റ്റൈനും

ഐൻസ്റ്റൈനും മറ്റുചില ശാസ്ത്രജ്ഞരും ജർമ്മനി വിട്ടുപോയ തോടെ അണുബോംബ് ഉണ്ടാക്കാനുള്ള ഹിറ്റ്ലറുടെ മോഹം വിഫലമായ തായി ചിലർ വിശ്വസിക്കുന്നു. എന്നാൽ ഐൻസ്റ്റൈൻ ഒരിക്കലും ബോംബു നിർമ്മാണത്തെ അനുകൂലിച്ചിരുന്നില്ല. കൈസർ വില്യം ഇൻസ്റ്റി റ്റ്യൂട്ടിൽ വച്ചുണ്ടായ ഒരു സംഭവം ഇതിന് സാക്ഷ്യം വഹിക്കുന്നു.

ഒരുദിവസം തന്റെ കീഴിൽ പ്രവർത്തിച്ചിരുന്ന ഒരു യുവാവ് ഐൻ സ്റ്റൈനുമായി അദ്ദേഹം താമസിച്ചിരുന്ന വീടിന്റെ മുന്നിലുള്ള പൂന്തോട്ട ത്തിൽവച്ച് ആറ്റംബോംബിന്റെ നിർമ്മാണസാധ്യതയെപ്പറ്റി ആശയവി നിമയം നടത്താൻ ശ്രമിച്ചു. ഇത് ഐൻസ്റ്റൈനെ എന്തെന്നില്ലാതെ കുപിത നാക്കി. "$E = mc^2$ എന്ന അങ്ങയുടെ സമവാക്യം ഈ ആശയം ഉൾക്കൊ ള്ളുന്നു" എന്നായിരുന്നു അയാളുടെ വാദം. ഐൻസ്റ്റൈൻ അത് നിഷേ ധിച്ചു. അതൊരു സൈദ്ധാന്തിക നിഗമനം മാത്രമാണെന്നും പ്രായോഗിക തലത്തിൽ അതിനു പ്രസക്തി ഇല്ലെന്നും അയാളെ ബോധ്യപ്പെടുത്താൻ അദ്ദേഹം വ്യഗ്രതപ്പെട്ടു. ഐൻസ്റ്റൈൻ അന്ന് അനുഭവിച്ച വൈകാരിക വിക്ഷോഭം ഒരിക്കലും പൂർണ്ണമായി കെട്ടടങ്ങുകയുണ്ടായില്ല. അയാൾ സൂചിപ്പിച്ച കാര്യമോർത്ത് ഒരുതരം ഭയത്തിന്റെ നിഴലിലായിരുന്നു പിന്നീട് വളരെക്കാലം.

25. ബോംബു നിർമ്മാണയത്നങ്ങൾ

അണുവിഘടനത്തിലൂടെ വൻതോതിൽ സർവ്വനാശത്തിനുതകുന്ന ഊർജ്ജം ലഭ്യമാകുമെന്ന് കണ്ടെത്തിയത് രണ്ടാംലോക മഹായുദ്ധകാല ത്തായിരുന്നു. ലോകത്തിലെ പല വൻ ശക്തികളും ആണവായുധങ്ങൾ നിർമ്മിക്കാനുള്ള സാങ്കേതികവിദ്യ വികസിപ്പിക്കുന്ന യത്നങ്ങളിൽ ശ്രദ്ധ കേന്ദ്രീകരിച്ച് പ്രവർത്തനങ്ങൾ ആരംഭിച്ചു. ഈ യത്നങ്ങളിൽ അമേരിക്ക മറ്റുള്ളവരെ അപേക്ഷിച്ച് വളരെ മുന്നിലായിരുന്നു. അമേരിക്കയുടെ തെക്കൻ ഭാഗത്തുള്ള ന്യൂമെക്സിക്കോയിലെ അലാമോഗോർദോ (Alamogordo) എന്ന പ്രദേശത്തുവച്ച് ഓപ്പൻ ഹൈമറു (Open heimer)ടെ നേതൃത്വത്തിൽ നടന്ന പരീക്ഷണങ്ങൾ വിജയം കണ്ടെത്തി. അമേരിക്ക ഈ ചരിത്രവി ജയം കൈവരിച്ചത് 1945 ജൂലൈ 16-ാം തീയതി ആയിരുന്നു.

പരീക്ഷണ വിജയത്തിൽനിന്ന് പാഠങ്ങൾ ഉൾക്കൊണ്ട് സഖ്യകക്ഷി കളുടെ യുദ്ധവിജയം ലക്ഷ്യമാക്കി അണുബോംബുനിർമാണം ഓപ്പൻ ഹൈമറുടെ നേതൃത്വത്തിൽതന്നെ പൂർത്തിയാക്കി. ചരിത്രത്തിലാദ്യമായി അണുബോംബു സ്ഫോടനത്തിന്റെ ദുരന്തഫലങ്ങൾ അനുഭവിക്കാൻ വിധി ക്കപ്പെട്ടവരായിരുന്നു ഹിരോഷ്മായിലെയും, നാഗസാക്കിയിലെയും നിര പരാധികളായ ജനങ്ങൾ. 1945 ആഗസ്റ്റ് 6-ാം തീയതി രാവിലെ 8 മണി കഴിഞ്ഞ സമയം. ഹിരോഷ്മയ്ക്കുമേൽ അമേരിക്കൻ വിമാനം ഒരു യുറേ നിയം ബോംബ് വർഷിച്ചു. മൂന്നു ദിവസങ്ങൾക്കുശേഷം ആഗസ്റ്റ് 9-ാം തീയതി പകൽ 11 മണികഴിഞ്ഞ സമയത്ത് രണ്ടാമത്തെ ബോംബ് വർഷി ക്കുകയുണ്ടായി. ഇതൊരു പ്ലൂട്ടോണിയം ബോംബ് ആയിരുന്നു.

ബോംബ് ആക്രമണത്തെത്തുടർന്ന് ഏതാനും നിമിഷങ്ങൾക്കകം

രണ്ടുനഗരങ്ങളും, കുറെയേറെ നഗരവാസികളും (രണ്ടു ലക്ഷത്തില ധികം വരുന്ന ജനസമൂഹം) കത്തിച്ചാമ്പലായി. കണക്കില്ലാതെ ആളുകൾ അംഗഭംഗത്തിനിരയായി. അതിലേറെ ആളുകൾ റേഡിയേഷൻ ഏറ്റ് ഇന്നും ദുരിതമനുഭവിച്ചുകഴിയുന്നു: രക്താർബുദമെന്ന മാരകരോഗ വും, അന്ധതയും, ബധിരതയും ബാധിച്ചും കൂടാതെ പല ശരീരഭാഗ ങ്ങളും നഷ്ടപ്പെട്ടു.

26. സമാധാന ദൗത്യം

ഒന്നാംലോക മഹായുദ്ധകാലത്ത് ജർമ്മനിയും മറ്റ് യൂറോപ്യൻ രാഷ് ട്രങ്ങളും തമ്മിലുണ്ടായിരുന്ന ശാസ്ത്ര സാങ്കേതിക സംബന്ധമായ ആശയവിനിമയം നിലച്ചുപോയിരുന്നു. 1922 ൽ അക്കാദമിക ബന്ധങ്ങൾ പുനഃസ്ഥാപിക്കാനുള്ള യത്നങ്ങൾ ആരംഭിച്ചു. അതിന്റെ ഭാഗമെന്ന നില യിൽ ഐൻസ്റ്റൈൻ പാരീസിലേക്കു ക്ഷണിക്കപ്പെട്ടു. ഐൻസ്റ്റൈന്റെ പുതിയ സിദ്ധാന്തങ്ങൾ മനസിലാക്കാനുള്ള അവസരമൊരുക്കുകയായി രുന്നു ലക്ഷ്യം. പാരീസിലെ ഒരു കോളേജിലേക്കായിരുന്നു അദ്ദേഹം ക്ഷണിക്കപ്പെട്ടത്. അവിടെ ഐൻസ്റ്റൈൻ ശ്രോതാക്കളിൽ അത്ഭുതകര മായ പ്രതികരണമാണ് സൃഷ്ടിച്ചത്. കാർട്ടൂണിസ്റ്റുകൾ വിശേഷിച്ചും ഈ സന്ദർഭം ശരിക്കും മുതലെടുക്കുകയുണ്ടായി.

യുദ്ധം അവസാനിച്ചതിനെത്തുടർന്ന് സമാധാന പുനഃസ്ഥാപന ത്തിന്റെ ഭാഗമായി ലീഗ് ഓഫ് നേഷൻസ് (League of Nations) നില വിൽ വന്നു. 1932 ൽ ഐൻസ്റ്റൈനും സിഗ്മണ്ട്ഫ്രോയ്ഡും (Sigmund Freud) തമ്മിൽ സുദീർഘമായ കത്തിടപാടുകൾ നടക്കുകയുണ്ടായി. ലോകത്തിലെ ഏറ്റവും പ്രഗത്ഭരായ ജൂതന്മാരായി ഇവർ പലപ്പോഴും വിശേഷിപ്പിക്കപ്പെട്ടിരുന്നു. ലീഗ് ഓഫ് നേഷൻസ് ഈ കത്തുകൾ ശേഖ രിച്ച് പ്രസിദ്ധീകരിച്ചു. 'യുദ്ധം എന്തിന്?' (Why war?) എന്നതായിരുന്നു അതിന്റെ ശീർഷകം.

'ലീഗ് ഓഫ് നേഷൻസി'ന്റെ കീഴിൽ ബൗദ്ധിക സഹകരണ (In-tellectual cooperation)ത്തിനുള്ള കമീഷൻ സ്ഥാപിതമായി. ഐൻസ്റ്റൈ നും, ഭൗതികശാസ്ത്രജ്ഞയായിരുന്ന മേരി ക്യൂറിയും ഇതിൽ അംഗങ്ങ ളായിരുന്നു. കുറേ വർഷങ്ങളായി ഇവർ ഔദ്യോഗികവും കുടുംബപരവും ആയ സൗഹൃദബന്ധം പുലർത്തിയിരുന്നു. ഒരിക്കൽ കുട്ടികളോടൊപ്പം ആൽപ്സ് പർവ്വതനിരകളിൽ ഒരു അവധിക്കാലം ചെലവഴിച്ചിട്ടുമുണ്ട്.

**സൈദ്ധാന്തിക ഭൗതികജ്ഞനായ ആർനോൾഡ്
സോമർഫെൽഡിനെഴുതിയ കത്ത്:**

ഞാനിപ്പോൾ ഗ്രാവിറ്റേഷനെപ്പറ്റി മാത്രമാണ് പഠിക്കുന്നത്. ജീവിതത്തിൽ ഇതുവരെയും എന്നെ ഇത്രത്തോളം വിഷമി പ്പിച്ച ഒരു വിഷയം കൈകാര്യം ചെയ്യേണ്ടിവന്നിട്ടില്ല. ഇതുമായി താരതമ്യപ്പെടുത്തുമ്പോൾ നേരത്തെ ചെയ്ത വിശിഷ്ടാപേ ക്ഷികതാ സിദ്ധാന്തം കുട്ടിക്കളിയായി തോന്നുന്നു.

ഭാഗം - 2

സാമാന്യാപേക്ഷികതാ സിദ്ധാന്തം
(General Theory of Relativity)

27. സാമാന്യാപേക്ഷികത

വിശിഷ്ടാപേക്ഷികതാ സിദ്ധാന്തത്തിന്റെ സാമാന്യവല്ക്കരണമാണ് സാമാന്യാപേക്ഷികതാ സിദ്ധാന്തം. സ്ഥിരവേഗതയിൽ സഞ്ചരിക്കുന്ന വ്യൂഹങ്ങൾക്കു ബാധകമായ സിദ്ധാന്തമാണ് വിശിഷ്ടാപേക്ഷികതാസിദ്ധാന്തം. എന്നാൽ ത്വരിതഗതിയിൽ സഞ്ചരിക്കുന്ന വ്യൂഹങ്ങൾക്കുവേണ്ടിയുള്ളതാണ് സാമാന്യാപേക്ഷികതാസിദ്ധാന്തം. ഇതിന്റെ വിശദാംശങ്ങൾ ശരിക്കും മനസ്സിലാക്കാൻ ഗഹനമായ ഗണിതത്തിന്റെ പശ്ചാത്തലം ആവശ്യമാണ്. ഇക്കാരണത്താലായിരിക്കണം സാമാന്യാപേക്ഷികത സംബന്ധിച്ച തന്റെ പ്രബന്ധത്തിലെ ആശയങ്ങൾ ഗ്രഹിക്കാൻ കഴിയുന്നവർ അധികം കാണുകയില്ലെന്ന് ഐൻസ്റ്റൈൻ തന്നെ പ്രസ്താവിക്കാനിടയായത്.

1916 ൽ ഐൻസ്റ്റൈൻ ആവിഷ്കരിച്ച സാമാന്യാപേക്ഷികതാ സിദ്ധാന്തത്തിന്റെ അടിസ്ഥാന ആശയങ്ങൾ ഇങ്ങനെ സംഗ്രഹിക്കാം:

"പ്രകൃതിനിയമങ്ങൾ (Laws of Nature) എല്ലാ വ്യൂഹങ്ങൾക്കും ഒന്നുതന്നെയാണ്, അവയുടെ ചലനാവസ്ഥ എന്തുതന്നെയായാലും." ഏതു ചലനാവസ്ഥയിലുള്ള വ്യൂഹങ്ങൾക്കും ഒരേ പ്രകൃതിനിയമങ്ങൾ ബാധകമാണെന്ന് സാരം. ഈ തത്ത്വത്തിന്റെ വികസനത്തിനുവേണ്ടി മുന്നൂറിലേറെ വർഷക്കാലംകൊണ്ട് ഭൗതികശാസ്ത്രജ്ഞർ വളർത്തിയെടുത്ത പ്രപഞ്ച വീക്ഷണത്തിന് അടിസ്ഥാനമായി വർത്തിച്ച ന്യൂട്ടന്റെ ഗുരുത്വാകർഷണ സങ്കല്പത്തെ തിരസ്കരിച്ച് ആ സ്ഥാനത്ത് പുതിയ ആശയങ്ങൾ പ്രതിഷ്ഠിക്കേണ്ടി വന്നു.

ട്രിനിറ്റി കോളേജ്

ഇംഗ്ലണ്ടിൽ കേംബ്രിഡ്ജിലെ ട്രിനിറ്റി കോളേജിൽ ഐസക് ന്യൂട്ടൺ വിദ്യാർത്ഥിയായിരുന്നു. മാത്രമല്ല, പിന്നീട് 25 വർഷ ക്കാലം 1660 മുതൽ 1685 വരെ അവിടെ അദ്ധ്യാപകനും ആയിരു ന്നു. വിദ്യാർത്ഥി ആയി കോളേജിൽ ചേർന്ന ന്യൂട്ടൺ, അവിടെ ചില പാർട്ടൈം ജോലികൾ ചെയ്ത് ചെലവുകൾക്കുവേണ്ടി ചെറിയ വരുമാനമുണ്ടാക്കി. മേശ തുടയ്ക്കുക, അദ്ധ്യാപകരുടെ മുറികൾ വൃത്തിയാക്കുക തുടങ്ങിയ ലഘുവായ ജോലികൾ ആയി രുന്നു. താമസിയാതെ ഒരു സ്കോളർഷിപ്പ് ലഭിച്ചു. വിദ്യാഭ്യാസ ചെലവുകൾ നിറവേറ്റാൻ ഈ സ്കോളർഷിപ്പ് തുക പര്യാപ്ത മായിരുന്നു. അതോടെ നേരത്തെ ചെയ്തിരുന്ന ജോലിക ളിൽനിന്നും മോചനം കിട്ടി.

പിൽക്കാലത്ത് എങ്ങനെയോ അഗ്നിക്കിരയായ ചെറിയൊരു കെട്ടിടത്തിലാണ് ന്യൂട്ടൺ തന്റെ ചില പരീക്ഷണങ്ങൾ നടത്തി യിരുന്നത്. ആ സ്ഥാനത്ത് ഇന്നൊരു ആപ്പിൾമരം ഉണ്ട്.

ഒന്നര നൂറ്റാണ്ടിനുശേഷം 1850 ൽ ജെയിംസ് ക്ലാർക്ക് മാക്സ് വെൽ (James Clerk Maxwell) ട്രിനിറ്റി കോളേജിൽ വിദ്യാർത്ഥി ആയി ചേർന്നു എന്നതും കൗതുകകരമായ വസ്തുതയാണ്.

മാക്സ്വെൽ തന്റെ ജീവിതകാലം മുഴുവൻ ഒരു യാന്ത്രിക മോഡലിന്റെ സഹായത്തോടെ പ്രകാശ പ്രസരണ പ്രതിഭാസം വിശദീകരിക്കാൻ യത്നിച്ചിരുന്നു എന്നത് സ്മരണീയമാണ്.

പ്രപഞ്ചത്തിലുള്ള എല്ലാ വസ്തുക്കളും പരസ്പരാകർഷണ വലയ ത്തിലാണ്. ഒരു വസ്തുവിനും പ്രപഞ്ചത്തിലുള്ള മറ്റു വസ്തുക്കളുടെ ഗുരുത്വാകർഷണ ബലത്തിൽനിന്നും രക്ഷപ്പെടാനാവില്ല. പ്രപഞ്ചത്തിന്റെ നിലനിൽപുതന്നെ ഈ ആകർഷണബലത്തിലധിഷ്ഠിതമാണ്. ഭൂമിയും മറ്റു ഗ്രഹങ്ങളും സൂര്യനുചുറ്റും ഭ്രമണം ചെയ്യുന്നത് അവ സൂര്യന്റെ ആകർഷണവലയത്തിലായതുകൊണ്ടാണല്ലോ. രണ്ടു വസ്തുക്കൾ തമ്മി ലുള്ള ഗുരുത്വാകർഷണബലം അവയുടെ ദ്രവ്യമാനങ്ങൾക്കാനുപാതി കവും, അവ തമ്മിലുള്ള അകലത്തിന്റെ വർഗ്ഗത്തിന് വിപരീതാനുപാതി കവും ആകുന്നു. ഇതാണ് ന്യൂട്ടന്റെ സിദ്ധാന്തം.

ക്ലാസിക്കൽ ബലതന്ത്രത്തിലെ മറ്റൊരു സുപ്രധാന സങ്കല്പമാണ് ജഡത്വബലം (inertial force) എന്നത്. ന്യൂട്ടന്റെ ചലന നിയമങ്ങളിൽ ജഡത്വത്തിന്റെ നിർവ്വചനമുണ്ട്. ഒരു വസ്തുവിനും സ്വമേധയാ ചലിക്കു വാനുള്ള കഴിവില്ല. ബാഹ്യബലമാണ് അതിനെ ചലിപ്പിക്കുന്നത്. സഹജ മായ ചലന വിമുഖതയാണ് ഒരു വസ്തുവിന്റെ ജഡത്വം. അതിനെ അതി ജീവിച്ച് വസ്തുവിനെ ചലിപ്പിക്കാൻ ആവശ്യമായ ബലത്തിനെ ജഡത്വ ബലം എന്നു വിശേഷിപ്പിക്കാം. ഈ ബലം സ്വാഭാവികമായും വസ്തു വിന്റെ ദ്രവ്യമാനത്തിന് ആനുപാതികം ആയിരിക്കും. അതിനു കാരണം എന്തെന്ന് മനസ്സിലാക്കാൻ വിഷമമില്ല. വസ്തുവിലുള്ള ദ്രവ്യത്തിന്റെ

അളവ് കൂടിയിരുന്നാൽ അതിന്റെ ചലന വിമുഖതയും കൂടിയിരിക്കു മല്ലോ. ന്യൂട്ടന്റെ ചലന നിയമങ്ങളിൽ ഈ തത്ത്വം അടങ്ങിയിട്ടുണ്ട്.

എന്നാൽ ലംബതലത്തിൽ മുകളിൽനിന്ന് ഭൂമിയിലേക്കു പതിക്കുന്ന എല്ലാ വസ്തുക്കളുടെയും വേഗ വർദ്ധന നിരക്ക്, അഥവാ ത്വരണം തുല്യ മായിരിക്കുമെന്ന് ഗലീലിയോ ഇറ്റലിയിലെ 'പിസാ ഗോപുര'ത്തിൽ വച്ച് നടത്തിയ പരീക്ഷണം വഴി തെളിയിച്ചിട്ടുള്ളതാണ്. ഈ ത്വരണത്തിന് വസ്തുവിന്റെ ദ്രവ്യമാനവുമായിട്ട് ഒരു ബന്ധവുമില്ല. ഇത് സ്പഷ്ടമായും ന്യൂട്ടന്റെ ചലന നിയമത്തിന്റെ ലംഘനമല്ലേ എന്ന് ചോദിച്ചേക്കാം.

ഈ ചോദ്യത്തിനുത്തരം ന്യൂട്ടൺ തന്നെ നല്കിയിട്ടുണ്ട്. ഗുരുത്വാ കർഷണനിയമത്തിൽ ന്യൂട്ടന്റെ മറുപടി കാണാവുന്നതാണ്. ഭൂമിയി ലേക്കു പതിക്കുന്ന വസ്തുവിന്മേൽ ഭൂമി പ്രയോഗിക്കുന്ന ഗുരുത്വാകർഷ ണബലം അതിന്റെ ദ്രവ്യമാനത്തിന് ആനുപാതികമാണല്ലോ. അതിനാൽ ഒരു വസ്തുവിന്റെ ദ്രവ്യമാനം കുറവാണെങ്കിൽ അതിന്റെ ജഡത്വം കുറ വായിരിക്കുമെന്നു മാത്രമല്ല, അതിന്മേലുള്ള ഗുരുത്വബലവും കുറവായി രിക്കും. നേരെമറിച്ച്, ദ്രവ്യമാനം കൂടുതലാണെങ്കിൽ ഗുരുത്വബലവും കൂടിയിരിക്കും. അതിനർത്ഥം, ഒരു വസ്തുവിന് അനുഭവപ്പെടുന്ന ഗുരുത്വ ബലം കൃത്യമായും അതിന്റെ ജഡത്വത്തെ അതിജീവിക്കാൻ പര്യാപ്ത മാകുംവിധം പ്രകൃത്യാതന്നെ ക്രമീകൃതമാണ്.

നൂറ്റാണ്ടുകളായി, ഗുരുത്വാകർഷണബലവും (gravitational force), ജഡത്വബലവും (inertial force) തമ്മിലുള്ള അത്ഭുതകരമായ ഈ തുല്യത ശാസ്ത്രകാരന്മാർ ശരിക്കും മനസ്സിലാക്കാനോ വിശദീകരണം നല്കാനോ കഴിയാതെ ഒരു വിശ്വാസപ്രമാണമായിട്ട് അംഗീകരിച്ചു പോന്നു.

മുകളിൽ വിവരിച്ച ന്യൂട്ടന്റെ സങ്കല്പങ്ങളുടെയും അനുമാനങ്ങളു ടെയും പരിമിതികൾ ആദ്യമായി ചൂണ്ടിക്കാട്ടിയത് ഐൻസ്റ്റൈനാണ്. ന്യൂട്ടന്റെ ഗുരുത്വാകർഷണനിയമം ഐൻസ്റ്റൈന് സ്വീകാര്യമായിരുന്നില്ല. ഒരു വസ്തുവിന് അകലെയുള്ള മറ്റൊരു വസ്തുവിൽ ആകർഷണബലം പ്രയോഗിക്കാൻ കഴിയുമെന്ന സങ്കല്പം സർവ്വാബദ്ധമാണെന്ന് അദ്ദേഹം വാദിച്ചു. അതുപോലെതന്നെ ഗുരുത്വാകർഷണബലവും, ജഡത്വബലവും തുല്യമായിരിക്കുന്നത് അവ രണ്ടും വസ്തുക്കളുടെ ഒരേ അടിസ്ഥാന സ്വഭാവത്തെ പ്രതിനിധാനം ചെയ്യുന്നതുകൊണ്ടാണെന്നും, അവയെ വ്യത്യസ്ത സ്വഭാവങ്ങളായി കരുതുന്നത് അജ്ഞതയാണെന്നും സമർത്ഥിച്ചു.

നേരത്തെ സൂചിപ്പിച്ചതുപോലെ, സ്ഥലകാലങ്ങളെ സംബന്ധിക്കുന്ന നൂതന ആശയങ്ങളെ അടിസ്ഥാനമാക്കി ഐൻസ്റ്റൈൻ ആവിഷ്കരിച്ച ഗുരുത്വസിദ്ധാന്തമാണ് സാമാന്യാപേക്ഷികത സിദ്ധാന്തമെന്നപേരിൽ അറിയപ്പെടുന്നത്.

ഗുരുത്വബലവും, ജഡത്വബലവും ഒരേ അടിസ്ഥാനതത്ത്വത്തിന്റെ രണ്ടു വശങ്ങളാണെന്നും അവ എല്ലായ്പ്പോഴും തുല്യമായിരിക്കുന്ന തിന്റെ രഹസ്യം അതാണെന്നും ചൂണ്ടിക്കാട്ടിയ ഐൻസ്റ്റൈൻ, അനുഭവ

ത്തിൽ അവയെ വ്യവഛേദിച്ചറിയാൻ യാതൊരു മാർഗ്ഗവും ഇല്ലെന്നും ഏതാനും സാങ്കല്പിക പരീക്ഷണങ്ങളുടെ സഹായത്തോടെ സ്ഥാപി ക്കുകയുണ്ടായി. സാമാന്യാപേക്ഷികതാ സിദ്ധാന്തത്തിന്റെ ആണിക്ക ല്ലാണ് ഗുരുത്വ-ജഡത്വ ബലങ്ങളെ സംബന്ധിക്കുന്ന ഈ തത്ത്വം. ന്യൂട്ടന്റെ 'ആകർഷണ'വാദത്തിന്റെ അർത്ഥശൂന്യത സ്ഥാപിക്കുകയാ യിരുന്നു മുകളിൽ പരാമർശിച്ച സാങ്കല്പിക പരീക്ഷണങ്ങൾകൊണ്ട് ഐൻസ്റ്റൈൻ ഉദ്ദേശിച്ചത്. വസ്തുക്കൾ തമ്മിൽ ആകർഷിക്കുന്നു എന്നത് വെറും തോന്നൽ മാത്രമാണെന്നും, 'ഗുരുത്വ'ത്തിനുറവിടം സ്ഥല -കാലങ്ങളുടെ ജ്യാമിതീയ ഘടന (geometrical structure)യാണെന്നും ഉള്ള അടിസ്ഥാന സമീപനമാണ് ഐൻസ്റ്റൈൻ തന്റെ ഗുരുത്വസിദ്ധാന്തം പടുത്തുയർത്തുന്നതിൽ സ്വീകരിച്ചത്.

ഒരു വസ്തു ഭൂമിയിലേക്കു പതിക്കുന്നത് ഭൂമി അതിന്മേൽ ഗുരുത്വാ കർഷണബലം പ്രയോഗിക്കുന്നതുകൊണ്ടാണെന്നാണല്ലോ ന്യൂട്ടന്റെ വാദം. എന്നാൽ ഐൻസ്റ്റൈന്റെ ദൃഷ്ടിയിൽ ഗുരുത്വ പ്രഭാവം ഒരു ബലമേ അല്ല. വസ്തുക്കൾ സ്ഥല-കാലത്തിൽ അതിന്റെ സ്വാഭാവിക ചലനഗതി പിന്തുടരുന്നുവെന്നേയുള്ളൂ. അവ യാതൊരു ബാഹ്യബലത്തിനും വിധേയ മല്ല, സ്ഥല-കാലങ്ങളുടെ ജ്യാമിതി ആണ് ചലനത്തെ നിയന്ത്രിക്കുന്നത്. ഈ വാദഗതിയുടെ പൊരുൾ ഗ്രഹിക്കണമെങ്കിൽ ഭൗതികവും (phys- ics), ജ്യാമിതിയും (Geometry) തമ്മിലുള്ള ബന്ധം മനസിലാക്കേണ്ടി യിരിക്കുന്നു.

ജ്യാമിതിയെ ഭൗതികശാസ്ത്രത്തിന്റെ ഒരു ശാഖയായിട്ടാണ് ഐൻ സ്റ്റൈൻ വീക്ഷിച്ചിരുന്നത്. യൂക്ലിഡിന്റെ ജ്യാമിതി (Euclidian geometry) ആണ് ന്യൂട്ടന് അറിയാമായിരുന്നത്. മറ്റൊരു ജ്യാമിതിയും ന്യൂട്ടന്റെ കാലത്ത് നിലവിലില്ലായിരുന്നുതാനും. അതിനാൽ പ്രപഞ്ചത്തിന്റെ ജ്യാമിതി അതുതന്നെയാണെന്നായിരുന്നു ന്യൂട്ടന്റെ സങ്കല്പം.

ഭൂമിയുടെ വിസ്തീർണം അളന്നു തിട്ടപ്പെടുത്തതിനുവേണ്ടി ആവിഷ് കരിച്ച പ്രായോഗിക വിജ്ഞാനമാണ് പിന്നീട് ഗ്രീക്കുകാർ ജ്യാമിതി (geometry) എന്ന ഗണിതശാസ്ത്രമായി വികസിപ്പിച്ചെടുത്ത്. അങ്ങനെ പ്രായോഗികതയാണ് ജ്യാമിതിയുടെ അടിസ്ഥാനം. ഭൂമി ഉരുണ്ടതാണെ ങ്കിലും കാണാവുന്ന ദൂരത്തോളം അത് പരന്നതാണല്ലോ. ഈ 'അവ ക്രത'യാണ് യൂക്ലിഡീയ ജ്യാമിതിയുടെ മൗലികത. ഒരു ത്രിഭുജത്തിന്റെ മൂന്നുകോണുകളും കൂട്ടിയാൽ 180^0 ആയിരിക്കണമെന്നത്, സമാന്തരരേഖ കൾ ഒരിക്കലും സന്ധിക്കുകയില്ലെന്ന സങ്കല്പത്തിലധിഷ്ഠിതമായ യൂക്ലി ഡിന്റെ അവക്ര (സമതല) ജ്യാമിതിയുടെ പ്രത്യക്ഷഫലമാണ്.

28. സ്ഥലകാലങ്ങളുടെ വക്രത

ഐൻസ്റ്റൈന്റെ ദൃഷ്ടിയിൽ സ്ഥലകാലങ്ങൾ വക്രമാണ്. പ്രപഞ്ച ത്തിൽ സമതലങ്ങൾ (plane surfaces) ഇല്ല, വക്രതലങ്ങളേ ഉള്ളൂ. ജ്യോതിർഗോളങ്ങളുടെയെല്ലാം പ്രതലം വക്രമാണല്ലോ. ഭൂമിതന്നെ ഗോള മാണെന്നിരിക്കെ അതിന്റെ പ്രതലവും വക്രമാണെന്ന കാര്യത്തിൽ സംശയമില്ല. വിസ്തൃതമായ വക്രതലങ്ങളുടെ ചെറിയ ഭാഗങ്ങൾ 'സമ

തല'മായി കാണപ്പെടുന്നുവെന്നു മാത്രം. വക്രതലങ്ങൾക്കാകട്ടെ യൂക്ലി
ഡിന്റെ ജ്യാമിതി അനുയോജ്യവുമല്ല. ഭാഗ്യവശാൽ ഐൻസ്റ്റൈന്റെ കാല
മായപ്പോഴേക്ക് മറ്റു ജ്യാമിതികൾ നിലവിൽ വന്നിരുന്നു.

ലൊ ബച്ചേവ്സ്കി (Lobachevski)യുടെ ജ്യാമിതി വക്രതലങ്ങൾക്കു
ബാധകമായ ജ്യാമിതി ആണ്. 1829 ൽ റഷ്യൻ ഗണിതശാസ്ത്രജ്ഞ
നായ ലൊബച്ചേവ്സ്കി, ഇരുവശത്തേക്കും നീട്ടിയാൽ പരസ്പരം അക
ന്നുപോകുന്ന 'സമാന്തര' രേഖകളെ ആസ്പദമാക്കി പുതിയ ഒരു
ജ്യാമിതി കണ്ടുപിടിച്ചു. ഈ ജ്യാമിതിയിൽ ദ്വിമാന പ്രതലങ്ങൾ (2 di-
mensional surfaces)ക്ക് 'ജീനി' (saddle)യുടെ ആകൃതിയാണ്. അതി
നാൽ ലൊബച്ചേവ്സ്കിയുടെ ജ്യാമിതിയെ ഹൈപെർബോളിക ജ്യാമിതി
(Hyperbolic geometry) എന്നു പറയാറുണ്ട്. ഹൈപെർബോളിക തല
ത്തിൽ വരയ്ക്കുന്ന ത്രിഭുജത്തിന്റെ കോണുകളുടെ തുക 180^0 യിൽ
കുറവായിരിക്കും. ചിത്രം 1(b) കാണുക. ഇത്തരം പ്രതലങ്ങളിലും 'സമാ
ന്തര' രേഖകൾ ഒരിടത്തും കൂട്ടിമുട്ടുകയില്ല (പേജ് 49 കാണുക).

വക്രതലങ്ങൾക്കുള്ള മറ്റൊരു ജ്യാമിതിയാണ് റീമാൻ (Riemann)
ആവിഷ്കരിച്ച ഗോളീയ ജ്യാമിതി (spherical geometry). സമാന്തര രേഖ
കളെ സംബന്ധിക്കുന്ന വ്യത്യസ്തമായൊരു സങ്കല്പനത്തിലധിഷ്ഠിത
മാണ്. പ്രസിദ്ധ ഗണിതശാസ്ത്രജ്ഞനായ റീമാൻ വികസിപ്പിച്ച ഈ
ജ്യാമിതി. ഇത് വിശേഷിച്ചും ഗോളീയ പ്രതലങ്ങൾക്ക് അനുയോജ്യമാണ്.
റീമാൻ ജ്യാമിതിയിൽ സമാന്തരരേഖകളെ വശങ്ങളിലേക്കു നീട്ടിയാൽ
അവ പരസ്പരം കൂട്ടിമുട്ടും. ഗോളപ്രതലത്തിൽ വരയ്ക്കുന്ന ത്രിഭുജ
ത്തിന്റെ കോണുകൾ കൂട്ടിയാൽ തുക 180^0 യിൽ കൂടുതലായിരിക്കും.
ചിത്രം 1(c) കാണുക. റീമാൻ ജ്യാമിതിയെ ഗോളീയ ജ്യാമിതി എന്നും,
സംവൃത ജ്യാമിതി (closed geometry) എന്നും വിശേഷിപ്പിക്കാറുണ്ട്.
മുകളിൽ വിവരിച്ച മറ്റുരണ്ട് ജ്യാമിതികളിലും സമാന്തരരേഖകൾ ഒരി
ടത്തും സന്ധിക്കാത്തതിനാൽ അവ വിവൃത ജ്യാമിതികൾ (open geo-
metries) എന്നറിയപ്പെടുന്നു. ഇവയിലേതാണ് പ്രപഞ്ചത്തിന്റെ ശരിയായ
ജ്യാമിതി? ഗുരുത്വ (gravity)വും പ്രസ്തുത ജ്യാമിതിയും തമ്മിൽ എന്തു
ബന്ധമാണുള്ളത്? സ്ഥലകാലങ്ങളുടെ സ്വഭാവം അറിയുന്നതിലൂടെ
മാത്രമേ ഈ ചോദ്യങ്ങളുടെ ഉത്തരം വ്യക്തമാകുകയുള്ളൂ.

29. സ്ഥലകാലങ്ങളുടെ സ്വഭാവം

സ്ഥലകാലങ്ങളിൽ ദ്രവ്യവും ഊർജ്ജവും എങ്ങനെ വിതരണം
ചെയ്യപ്പെട്ടിരിക്കുന്നു എന്നതാണ് അവയുടെ ജ്യാമിതീയ സ്വഭാവം നിർണ്ണ
യിക്കുന്നത്. എവിടെ ദ്രവ്യത്തിന്റെ ശേഖരം ഉണ്ടോ, അവിടെ സ്ഥല
കാലം വക്രമായിരിക്കും. വക്രത എത്രത്തോളം ഉണ്ടായിരിക്കുമെന്നത്
ദ്രവ്യത്തിന്റെ അളവിനെ ആശ്രയിച്ചിരിക്കും. ഇങ്ങനെ ദ്രവ്യസഞ്ചയം
സൃഷ്ടിക്കുന്ന വക്രതയാണ് സ്ഥലകാലങ്ങളിലൂടെയുള്ള വസ്തുക്കളുടെ
ചലനത്തെ നിയന്ത്രിക്കുന്നത്. അതിനാൽ വസ്തുക്കളുടെ ത്വരിതഗതി
(accelerated motion) സ്ഥലകാലങ്ങളുടെ വക്രതയിലൂടെ പ്രകടമാകുന്നു
എന്നു പറയാം. അതായത് വസ്തുക്കളുടെ ത്വരിതഗതിക്കു കാരണം

ദ്രവ്യസാന്നിദ്ധ്യം സൃഷ്ടിക്കുന്ന സ്ഥലകാലങ്ങളുടെ വക്രതയാണ്. ഇതാണ് ഐൻസ്റ്റെന്റെ ആപേക്ഷികതാ സിദ്ധാന്തത്തിന്റെ നിലപാട്. എന്നാൽ ഗുരുത്വബലങ്ങൾ (gravitational forces) ആണ് ഇത്തരം ത്വരിത ഗതി സൃഷ്ടിക്കുന്നതെന്നായിരുന്നു ന്യൂട്ടന്റെ വിശ്വാസം. മരത്തിൽനിന്നും ഞെട്ടറ്റു വീഴുന്ന ആപ്പിൾ ഭൂമിയുടെ ഗുരുത്വാകർഷണം മൂലമാണ് താഴേക്കു പതിക്കുന്നത് എന്ന ന്യൂട്ടന്റെ സിദ്ധാന്തം ഈ ലളിതമായ ആശയത്തിലധിഷ്ഠിതമാണ്.

പ്രപഞ്ചത്തിലെ സ്ഥൂല വസ്തുക്കളിലൊന്നാണല്ലോ സൂര്യൻ. സൂര്യനു സമീപം സ്പേസിനുണ്ടാകുന്ന വക്രത ചിത്രം 3 ൽ നിന്നും മനസിലാക്കാം. നാലു വശത്തുനിന്നും വലിച്ചുപിടിച്ച ഒരു റബർ ഷീറ്റിൽ ഒരു ഭാരം വയ്ക്കുന്നതുമൂലം ഉണ്ടാകുന്ന താഴ്ചയെ അനുസ്മരിപ്പിക്കുന്ന താണ് ദ്രവ്യസഞ്ചയത്തിന്റെ സാന്നിദ്ധ്യത്തിൽ വികലമാകുന്ന സ്പേ സിന്റെ ആകൃതി. ഗുരുത്വാകർഷണബലം എന്നൊന്നില്ലെന്നും സ്ഥലകാല ങ്ങളുടെ വക്രതയാണ് ചലനത്തെ നിയന്ത്രിക്കുന്നതെന്നും വ്യക്തമാക്കി യിട്ടുള്ളതാണല്ലോ. വസ്തുക്കൾ ചലനത്തിന് തടസ്സം (resistance) ഏറ്റവും കുറഞ്ഞ പാതയിലൂടെ സഞ്ചരിക്കുന്നുവെന്നേയുള്ളൂ. ഇത്തരം പാതകളെ 'ജിയോഡെസികങ്ങൾ' (geodesics) എന്നു പറയുന്നു.

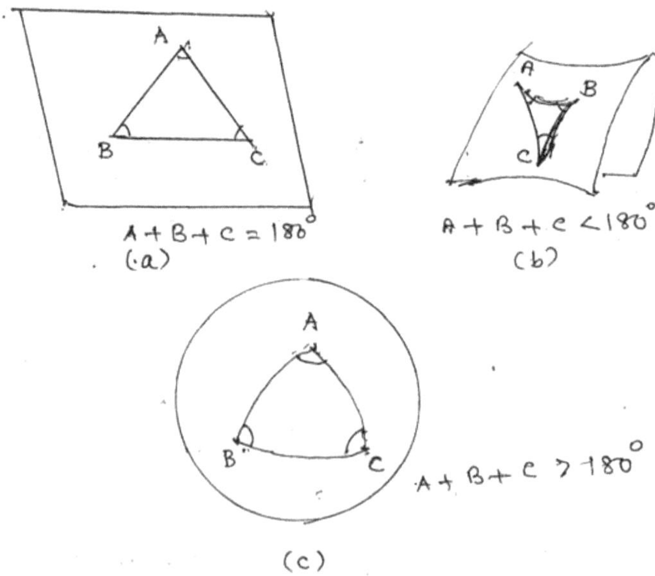

ചിത്രം 1: വിവിധ ജ്യാമിതികളുടെ സവിശേഷതകൾ

a) യൂക്ലിഡിന്റെ അവക്ര ജ്യാമിതി
b) ലൊബച്ചേവ്സ്കിയുടെ ഹൈപെർബോളിക് ജ്യാമിതി
c) റീമാന്റെ ഗോളീയ ജ്യാമിതി
ഈ റബർ ഷീറ്റ് മാതൃകയിൽ, വക്രമായ പ്രതലത്തിലൂടെ ഒരു

സ്ഫടികഗോളം ഉരുട്ടി ജിയോഡെസികങ്ങൾ രേഖപ്പെടുത്താൻ കഴിയും. ചിത്രത്തിൽ കുഴിഞ്ഞ ഭാഗത്തുകൂടി ഇറങ്ങിക്കയറിപ്പോകുന്ന വക്രരേഖകളാണിവ. ഈ ചലനപാതകളെ നിർണയിക്കുന്നത് ഷീറ്റിന്റെ വക്രത മാത്രമാണ്. റബർഷീറ്റ് നിരപ്പാക്കിയാൽ ഇവ യൂക്ലിഡിന്റെ ജ്യാമിതിയിലെ ഋജുരേഖകളായിത്തീരും. ഭൂതലത്തിലെ ചലനങ്ങളെ സംബന്ധിച്ചിടത്തോളം, സാമാന്യാപേക്ഷികതാ സിദ്ധാന്തത്തിന്റെ അടിസ്ഥാനത്തിൽ നിർണ്ണയി

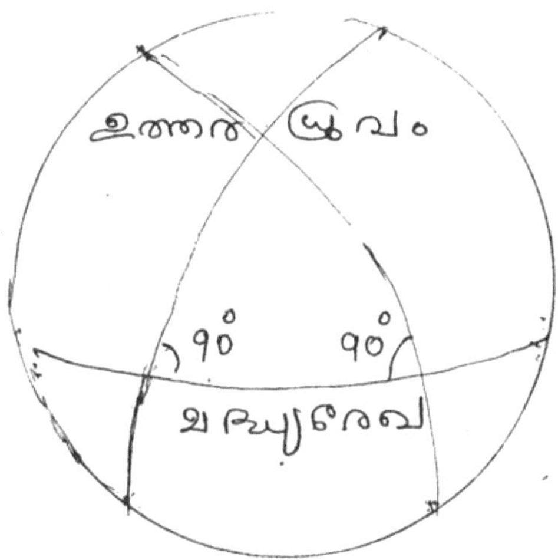

ചിത്രം 2: ഗോളീയ പ്രതലത്തിലെ സമാന്തരരേഖകൾ ധ്രുവങ്ങളിൽ സന്ധിക്കുന്നു.

ക്കപ്പെടുന്ന സഞ്ചാരപഥങ്ങളും, ന്യൂട്ടന്റെ ഗുരുത്വാകർഷണ നിയമമനുസരിച്ചുള്ള പഥങ്ങളും തമ്മിൽ മിക്കപ്പോഴും വ്യത്യാസമുണ്ടായിരിക്കുകയില്ല.

എന്നാൽ പ്രകാശത്തിന്റെ കാര്യം അങ്ങനെയല്ല. ക്വാണ്ടം സിദ്ധാന്ത മനുസരിച്ച് ദ്രവ്യമാനമില്ലാത്ത (massless) ഫോട്ടോണുകളുടെ ധാരയാണ് പ്രകാശം. ദ്രവ്യമാനമില്ലാത്ത വസ്തു ന്യൂട്ടന്റെ നിയമപ്രകാരം ഗുരുത്വ ബലത്തിനു വിധേയമല്ല. അതിനാൽ പ്രകാശഫോട്ടോണുകൾക്ക് സൂര്യ ഗോളത്തിനു സമീപത്തുകൂടെ നേർവഴിയേ കടന്നുവരാൻ കഴിയും. ഐൻസ്റ്റൈന്റെ നിഗമനം വ്യത്യസ്തമാണ്. കണങ്ങൾക്ക് ദ്രവ്യമാനം ഉണ്ടായാലും ഇല്ലെങ്കിലും സ്ഥലകാലങ്ങളുടെ വക്രത കാരണം പഥ വ്യതിചലനം അനിവാര്യമാണ്. സൂര്യനടുത്തുള്ള വക്രമായ സ്പേസിലൂടെ കടന്നുവരുന്ന ഫോട്ടോണുകൾ സഞ്ചരിക്കുന്നത് വക്രമായ ജിയോഡെസികങ്ങളിലൂടെ ആണെന്ന് ഓർക്കുക. ചിത്രം 4 ൽ നോക്കി ഈ വസ്തുത ബോധ്യപ്പെടാവുന്നതാണ്.

1930 ഡിസംബർ 31, ഐൻസ്റ്റൈൻ അമേരിക്കയിൽ

ഡയറിക്കുറിപ്പ്: രാവിലെ 7 മണി. ന്യൂയോർക്കിലെത്തി. പത്ര പ്രവർത്തകരുടെയും, ഫോട്ടോഗ്രാഫർമാരുടെയും അന്തമില്ലാത്ത കൂട്ടം. അവർ എന്നോട് കുറെ ബുദ്ധിശൂന്യമായ ചോദ്യങ്ങൾ ചോദിച്ചു. തനി വിഡ്ഢിത്തമെന്നു വേണം പറയാൻ. വിലകുറഞ്ഞ തമാശകളായിരുന്നു എന്റെ മറുപടി. അതെല്ലാം അവർ സന്തോഷത്തോടെ സ്വീകരിക്കുകയുണ്ടായി.

30. സാമാന്യാപേക്ഷികതാ സിദ്ധാന്തത്തിന് തെളിവ് നൽകുന്ന നിരീക്ഷണങ്ങൾ

30 (1) പ്രകാശരശ്മികളുടെ വ്യതിചലനം

സ്ഥൂലമായ ദ്രവ്യസഞ്ചയത്തിനു സമീപത്തുകൂടെ സഞ്ചരിക്കുന്ന പ്രകാശകണങ്ങളുടെ സഞ്ചാരപഥത്തിന് സ്ഥലകാലങ്ങളുടെ വക്രത കാരണം വ്യതിചലനം (deflection) സംഭവിക്കണമെന്നതാണ് സാമാ ന്യാപേക്ഷികതാ സിദ്ധാന്തത്തിന്റെ ശ്രദ്ധേയമായ പ്രവചനങ്ങളിലൊന്ന്. വിദൂരസ്ഥമായ ഏതെങ്കിലും നക്ഷത്രത്തിൽനിന്നു വരുന്ന പ്രകാശ കിര ണങ്ങൾക്ക് സൂര്യന്റെ സമീപമെത്തുമ്പോൾ ഉണ്ടാകുന്ന വ്യതിചലനം 1.75 ആർക്സെക്കൻഡ് (1.75") ആയിരിക്കുമെന്ന് ആണ് ഐൻസ്റ്റെന്റെ പ്രവചനം. ഒരു ഡിഗ്രി (1°)യുടെ 3600 ൽ ഒരംശമാണ് ഒരു ആർക് സെക്കൻഡ് (1"). ആർതർ എഡിങ്ടൺ തുടങ്ങി പല പ്രഗത്ഭരായ ജ്യോതിശാസ്ത്രജ്ഞരുടെയും സൂക്ഷ്മമായ നിരീക്ഷണങ്ങളിലൂടെ ഈ പ്രവചനത്തിന്റെ യാഥാർത്ഥ്യം തെളിയിക്കപ്പെട്ടിട്ടുള്ളതാണ്.

30 (2) ബുധന്റെ ഭ്രമണപഥ ചക്രണം

സൂര്യനുച്ചുറ്റും ബുധഗ്രഹം ഭ്രമണം ചെയ്യുന്നത് ദീർഘ വൃത്താ കാരമായ ഒരു ഭ്രമണപഥ(orbit)ത്തിലൂടെയാണ്. ഈ ഭ്രമണപഥത്തിന്റെ സ്ഥാനവും അതിലൂടെയുള്ള ഗ്രഹത്തിന്റെ ചലനവും ഏറെക്കുറെ കൃത്യ മായിത്തന്നെ ന്യൂട്ടന്റെ ആകർഷണ നിയമമനുസരിച്ച് മനസ്സിലാക്കാൻ കഴിഞ്ഞിട്ടുള്ളതാണ്. ഗ്രഹചലനങ്ങളുടെ പഠനത്തിൽ ഏറ്റവും ഫലപ്രദ മെന്ന് കണ്ട ന്യൂട്ടന്റെ സിദ്ധാന്തം പുതിയ ഗ്രഹങ്ങളുടെ അസ്തിത്വം പ്രവചിക്കുന്നതിനുപോലും സഹായകമായിട്ടുണ്ട്. എന്നാൽ 19-ാം നൂറ്റാ ണ്ടിന്റെ മദ്ധ്യത്തോടെ ബുധന്റെ ചലനത്തിൽ ചില ക്രമരാഹിത്യങ്ങൾ (irregularities) ജ്യോതിശാസ്ത്രജ്ഞരുടെ ശ്രദ്ധയിൽപ്പെട്ടു. വിശേഷി ച്ചും, ഭ്രമണപഥത്തിന്റെ ഉപസാരം (സൂര്യനിൽ നിന്നേറ്റവും അകന്ന ബിന്ദു-perihelion) ഒരു നൂറ്റാണ്ടിൽ ഏകദേശം 43 ആർക്സെക്കൻഡ് എന്ന തോതിൽ മുന്നേറുന്നതായി നിരീക്ഷണ പഠനങ്ങളിലൂടെ വെളി പ്പെട്ടു. എന്നാൽ ഇതിന് ന്യൂട്ടന്റെ സിദ്ധാന്തത്തിന്റെ അടിസ്ഥാനത്തിൽ വിശദീകരണം നൽകാൻ കഴിഞ്ഞില്ല.

ആപേക്ഷികതാ സിദ്ധാന്തം ഇവിടെ വിജയക്കൊടി നാട്ടി. ബുധന്റെ ദീർഘവൃത്താകാരമായ ഭ്രമണപഥം വിവൃതം (open) ആണെന്നും, അത് അതിന്റെ ഭ്രമണപഥത്തെ ഉൾക്കൊള്ളുന്ന സമതല(plane)ത്തിൽ അതീവ മന്ദഗതിയിൽ ചക്രണം ചെയ്യുന്നുണ്ടെന്നും, ഈ ചക്രണഗതി (precessional motion)യുടെ നിരക്ക് ഒരു നൂറ്റാണ്ടിൽ 43.03 ആർക് സെക്കൻഡ് (43.03") ആണെന്നും ഐൻസ്റ്റൈൻ തന്റെ സാമാന്യാപേക്ഷി കതാ സിദ്ധാന്തത്തിന്റെ അടിസ്ഥാനത്തിൽ നടത്തിയ പ്രവചനം വാന നിരീക്ഷകരുടെ കണ്ടെത്തലുകൾക്ക് കൃത്യമായ വിശദീകരണം നൽകാൻ പര്യാപ്തമായി. ചിത്രം: 5 ൽ സൂര്യനുച്ചുറ്റും ചക്രണം ചെയ്യുന്ന ബുധന്റെ തുറന്ന ഭ്രമണപഥം കാണാം.

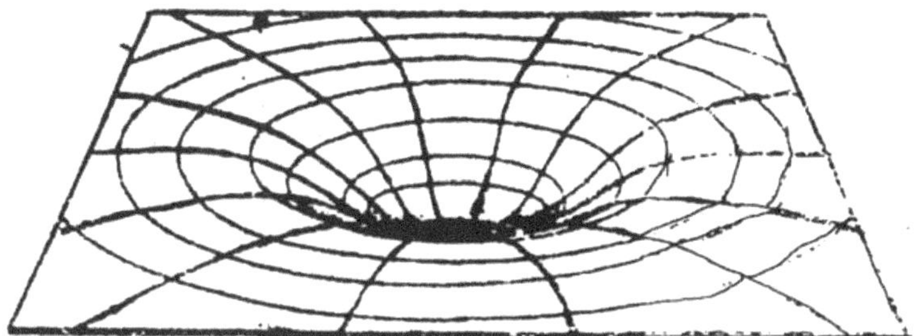

ചിത്രം 3: ദ്രവ്യസഞ്ചയത്തിനുസമീപം സ്ഥലകാലങ്ങൾ വക്രമായിത്തീരുന്നു.

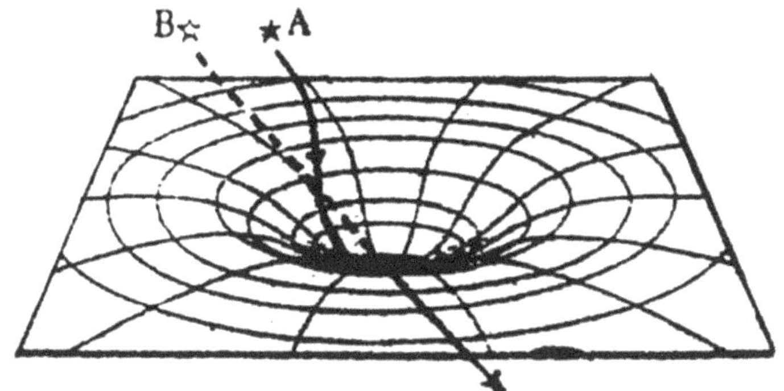

ചിത്രം 4: വിദൂര നക്ഷത്രങ്ങൾ നിന്നുവരുന്ന പ്രകാശ ഫോട്ടോൺ സൂര്യന്റെ
സമീപത്തെത്തുമ്പോൾ വക്രമായ ജിയോഡെസി കത്തിലൂടെ
സഞ്ചരിക്കുന്നതിനാൽ നക്ഷത്രം സ്ഥാനം മാറി കാണപ്പെടുന്നു.
A യഥാർത്ഥ സ്ഥാനം. B – മിഥ്യാ സ്ഥാനം.

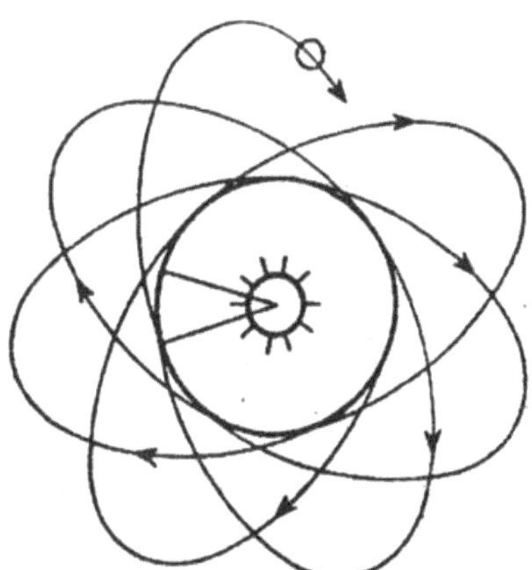

ചിത്രം 5: സൂര്യനു ചുറ്റും ചക്രണം ചെയ്യുന്ന ബുധന്റെ തുറന്ന ഭ്രമണപഥം

30 (3) ഗ്രാവിറ്റേഷണൽ അരുണ ഭ്രംശം (gravitational Redshift)

നക്ഷത്രങ്ങളിൽനിന്നുള്ള പ്രകാശത്തിന്റെ സ്പെക്ട്രം പരിശോധിച്ചാൽ പ്രകടമായി കാണുന്ന ഒരു പ്രതിഭാസമാണിത്. അത്യുന്നത താപനിലയിലുള്ള വൈറ്റ് ഡ്വാർഫ് (white Dwarf) നക്ഷത്രങ്ങളുടെ സ്പെക്ട്രം അപഗ്രഥനത്തിലൂടെ ഐൻസ്റ്റൈന്റെ സാമാന്യാപേക്ഷികതാ സിദ്ധാന്തം കൃത്യമായി സ്ഥാപിക്കാനുതകുന്ന ഒരു തെളിവ് ലഭിക്കുകയുണ്ടായി.

സാമാന്യാപേക്ഷികതാ സിദ്ധാന്തപ്രകാരം പ്രകാശം ഗുരുത്വബലത്തിനെതിരെ സഞ്ചരിക്കുമ്പോൾ അതിലടങ്ങിയിട്ടുള്ള എല്ലാ തരംഗ ദൈർഘ്യങ്ങളും (wave lengths) അല്പം വർദ്ധമാനമായിത്തീരുന്നു. തരംഗ ദൈർഘ്യ വർദ്ധനവ് ചുവപ്പിന്റെ ആധിക്യമായിട്ടായിരിക്കും പ്രകടമാകുക. പ്രകാശം കൂടുതൽ അരുണവർണ്ണത്തിൽ അഥവാ ചുവപ്പു നിറത്തിൽ കാണപ്പെടുന്നു. അങ്ങനെ ഗുരുത്വബലത്തിന്റെ പ്രഭാവംമൂലം സ്പെക്ട്രത്തിൽ പ്രകാശതരംഗങ്ങൾക്ക് ചുവപ്പിന്റെ ഭാഗത്തേക്ക് ഭ്രംശം സംഭവിക്കുന്നു. ഇതാണ് ഗ്രാവിറ്റേഷണൽ അരുണ ഭ്രംശം. സ്പെക്ട്ര രേഖകളുടെ സ്ഥാനമാറ്റത്തിൽനിന്നും ഇത് മനസ്സിലാക്കാം.

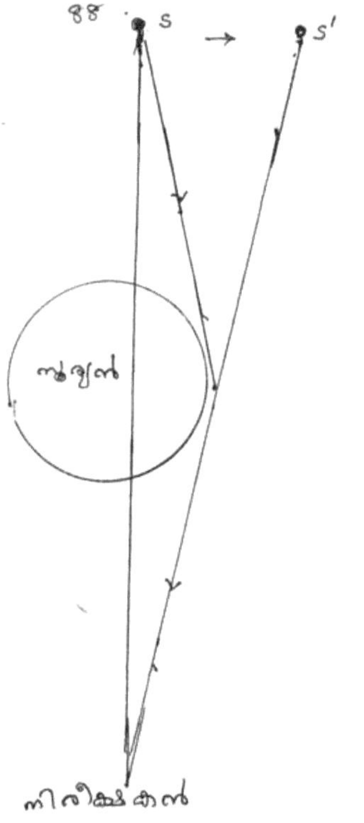

30 (4) പുതിയ പഠനങ്ങൾ

ഏതാനും നിർണ്ണായകമായ നിരീക്ഷണങ്ങളിലൂടെ സാമാന്യാപേക്ഷികതാ സിദ്ധാന്തത്തിന്റെ സാധുത

ചിത്രം 6: s' ൽ സ്ഥിതി ചെയ്യുന്നതായി നിരീക്ഷകൻ കാണുന്ന നക്ഷത്രത്തിന്റെ യഥാർത്ഥ സ്ഥാനം: s ആണെന്ന് ചിത്രത്തിൽനിന്ന് മനസ്സിലാക്കാം. s ൽ നിന്നു വരുന്ന പ്രകാശ കിരണം, s' ൽ നിന്നു വരുന്നതായിട്ടാണല്ലോ നിരീക്ഷകന് അനുഭവപ്പെടുന്നത്.

തെളിയിക്കാൻ കഴിഞ്ഞതായി കണ്ടുവല്ലോ. തുടർന്ന് ശ്രദ്ധേയമായ ഗവേഷണ പ്രവർത്തനങ്ങളൊന്നും ഈ വിഷയത്തെ അധികരിച്ച് കുറച്ചു കാലത്തെങ്കിലും നടക്കുകയുണ്ടായില്ല. അക്കാരണത്താൽ ഈ വിഷയം ഫിസിക്സിന്റെ മുഖ്യധാരയിൽനിന്നും അകന്നുകഴിഞ്ഞ പ്രതീതിയാണുണ്ടായത്. സാമാന്യം കഠിനമായ ഗണിതീയ ഉപാധികൾ ഉപയോഗിച്ചാണ് ഐൻസ്റ്റൈൻ സാമാന്യാപേക്ഷികതാ സിദ്ധാന്തം കെട്ടിപ്പടുത്തത്. അതു കാരണം പഠിതാക്കളും ഗവേഷകരും ഇതിനോടടുക്കാൻ ഭയപ്പെട്ടുവെ

ന്നത് ഒരു യാഥാർത്ഥ്യമാണ്. ഇപ്പോഴും ആഗോളതലത്തിൽതന്നെ മിക്ക യൂണിവേഴ്സിറ്റികളിലും സാമാന്യാപേക്ഷികത സിദ്ധാന്തം ഒരു പഠന വിഷയമല്ല.

1915–16 വർഷങ്ങളിലായി ഐൻസ്റ്റൈൻ രൂപംകൊടുത്ത ഈ വിഷയ ത്തിൽ അടുത്ത മൂന്നു-നാല് ദശകക്കാലത്തേക്ക് കൂട്ടിച്ചേർക്കലുകൾ ഒന്നും ഉണ്ടായില്ല; പരിഷ്കരണ ശ്രമങ്ങളും ഉണ്ടായില്ല. 1960 നു ശേഷം സ്ഥിതിഗതികളിൽ മാറ്റമുണ്ടായി. ശുക്രഗ്രഹത്തിൽ നിന്നുള്ള റഡാർ പ്രതിധ്വനി. ഗ്രാവിറ്റേഷണൽ അരുണഭ്രംശം ലാബറട്ടറിയിൽ അളക്കാൻ കഴിഞ്ഞത്, സാമാന്യാപേക്ഷികതയ്ക്ക് റോജർ പെൻറോസ് (Roger Penrose) അവതരിപ്പിച്ച മറ്റൊരു ഗണിതീയ സമീപനം (Spinor Approach to General Relativity) എന്നീ സംഭവങ്ങൾ ഈ മാറ്റത്തിനു നാന്ദി കുറിച്ചു.

പിന്നീട് രംഗം സജീവമായി. 'പൾസാറുകളു'ടെയും (pulsars), 'മൈക്രോവേവ് പശ്ചാത്തല വികിരണത്തിന്റെയും (Microwave Background Radiation) കണ്ടുപിടിത്തം, തമോഗർത്തങ്ങൾ (Black holes) സംബന്ധിച്ച പഠനങ്ങൾ തുടങ്ങിയവ സാമാന്യാപേക്ഷികയ്ക്ക് അസ്ട്രോ ഫിസിക്സിൽ അതിപ്രധാനമായ പ്രായോഗികസാദ്ധ്യതകൾ ഉണ്ടെന്നു വ്യക്തമാക്കി. പുതുതായി രൂപംകൊണ്ട ആപേക്ഷികീയ അസ്ട്രോഫിസി ക്സിലും (Relativistic Astrophysics), സാമാന്യാപേക്ഷികതയിലും ധാരാളം ഗവേഷണ പഠനങ്ങൾ ഇപ്പോഴും നടന്നു വരുന്നു.

തമോഗർത്തങ്ങളുടെ ഗണിതീയ സിദ്ധാന്തങ്ങൾ, ഗ്രാവിറ്റേഷണൽ റേഡിയേഷൻ, തമോഗർത്ത ബാഷ്പനം (Blackhole evaporation), ഗ്രാവി റ്റേഷണൽ ലെൻസ്, ബൈനറി പൾസാർ, ഗുരുത്വവും മറ്റു ബലക്ഷേത്ര ങ്ങളും ആയുള്ള ഏകീകരണം (unifixation), ആപേക്ഷികതയും ക്വാണ്ടം ബലതന്ത്രവും ആയുള്ള ഏകീകരണം എന്നിവ ഗവേഷകർ ഇപ്പോൾ സജീവമായി പിന്തുടരുന്ന വിഷയങ്ങളാണ്.

31. ആരായിരിക്കാം ആ മൂന്നാമൻ?

ഐൻസ്റ്റൈനെ സംബന്ധിച്ചിടത്തോളം എക്കാലത്തെയും ഏറ്റവും പ്രിയപ്പെട്ട സ്വന്തം സൃഷ്ടി സാമാന്യാപേക്ഷികതാ സിദ്ധാന്തമായിരുന്നു. ഇത് വികസിപ്പിക്കുന്നതിൽ വളരെയധികം യത്നം വേണ്ടിവന്നുവെന്ന് അദ്ദേഹംതന്നെ പറഞ്ഞിട്ടുണ്ട്. ഈ സിദ്ധാന്തം ഇനിയും സാമാന്യവല് ക്കരിക്കണമെന്നായിരുന്നു ഐൻസ്റ്റൈന്റെ മോഹം. അതിനായി കുറെ യേറെ പരിശ്രമിക്കുകയും ചെയ്തിരുന്നു.

എന്നാൽ ഒരു വസ്തുത ഇവിടെ സ്മരണീയമാണ്. ഈ വിഷയം കൈകാര്യം ചെയ്യാൻ കഴിവുള്ളവർ വിരളമായിരുന്നു. അത്യധികം സങ്കീർണ്ണവും കഠിനവും ആയ ഗണിതസമ്പ്രദായമാണ് ഇവിടെ ഐൻ സ്റ്റൈൻ സ്വീകരിച്ചത്. അതിനാൽ അക്കാലത്ത് ലോകത്തിൽ ആകെ മൂന്നു പേർക്കു മാത്രമേ ഇതിന്റെ വിശദാംശങ്ങൾ മനസ്സിലാക്കാൻ കഴി ഞ്ഞിരുന്നുള്ളുവത്രെ! ഇതേപ്പറ്റി അറിയാമായിരുന്ന പ്രശസ്ത ജ്യോതി ശാസ്ത്രജ്ഞൻ ആർതർ എഡിങ്ടൺ അത്ഭുതപ്പെട്ടു: "ആരായിരിക്കാം

ആ മൂന്നാമൻ?" ഒന്നാമൻ സാക്ഷാൽ ഐൻസ്റ്റെൻ എന്നും, രണ്ടാമൻ എഡിങ്ടൺ എന്നും ആണല്ലോ വിവക്ഷ.

32. പുനർജന്മത്തിന്റെ വർഷം : 1959-60

1959 സെപ്തംബറിൽ ഈ അവസ്ഥയ്ക്ക് പെട്ടെന്ന് മാറ്റമുണ്ടായി. അതുപോലെ 1960 സെപ്തംബറിലും ആപേക്ഷികതാസിദ്ധാന്തത്തിന്റെ അടിസ്ഥാനത്തിൽ പ്രവചിക്കാൻ കഴിഞ്ഞ ചില പ്രപഞ്ച പ്രതിഭാസ ങ്ങൾക്ക് തെളിവുനൽകുന്ന ഏതാനും നിരീക്ഷണങ്ങൾ വിജയകരമായി നടത്തുകയുണ്ടായി.

സെപ്റ്റംബർ 14 ന് ശുക്രഗ്രഹം (venus) അതിന്റെ ഭ്രമണപഥത്തിൽ ഭൂമിയോട് ഏറ്റവും അടുത്തെത്തി. ഈ അവസരത്തിൽ അമേരിക്കയിൽ MIT (Massachusetts Institute of Technology) യിലെ ഗവേഷകർ ഒരു റഡാർ സിഗ്നൽ ശുക്രഗ്രഹത്തിലേക്കയച്ച് അതിനെ പ്രതിഫലിച്ച് മടങ്ങി വരാൻ വേണ്ട സമയത്തിൽനിന്ന് ശുക്രഗ്രഹത്തിലേക്കുള്ള ദൂരം കൃത്യ മായി നിർണ്ണയിക്കുകയും ചെയ്തു. ഈ സംഭവം സൗരയൂഥത്തെപ്പറ്റി യുള്ള പഠനത്തിൽ ഒരു വഴിത്തിരിവായിത്തീർന്നു.

1960 കളിൽ കൃത്രിമ ഉപഗ്രഹങ്ങളുടെ സഹായത്തോടെ ആരംഭിച്ച അന്വേഷണം ത്വരിതഗതിയിൽ പുരോഗമിക്കുകയുണ്ടായി. ഇന്ന് സൗര യൂഥ പഠനങ്ങളിൽ ആപേക്ഷികതാ സിദ്ധാന്തം പ്രവചിക്കുന്ന അതി സൂക്ഷ്മമായ സ്ഥലകാല വ്യതിയാനങ്ങൾ പോലും അങ്ങേയറ്റം കൃത്യ തയോടെ നിർണ്ണയിക്കാൻ കഴിയും.

33. പുതിയ സിദ്ധാന്തങ്ങളും പുതിയ നിരീക്ഷണങ്ങളും

സാമാന്യാപേക്ഷികതാ സിദ്ധാന്തത്തിന്റെ അതിസൂക്ഷ്മമായ മറ്റൊരു പ്രഭാവം 1960 ൽ റോബർട്ട് പൗണ്ട് (Robert Pound), ഗ്ലെൻ റെബ്കാ (Glen Rebka) എന്ന രണ്ട് അമേരിക്കൻ ഗവേഷകർ കൃത്യത യോടെ നിർണ്ണയിക്കുകയുണ്ടായി. പ്രകാശം ഒരു ഗുരുത്വമണ്ഡലത്തിൽ (gravitational field) കടക്കുമ്പോൾ അതിന്റെ തരംഗനീളം വർദ്ധിക്കുന്നു. തന്മൂലം അതിൽ ചുവപ്പുവർണ്ണത്തിന്റെ ആധിക്യമുണ്ടാകുന്നു. ഈ പ്രതി ഭാസം ഗുരുത്വജന്യ അരുണഭ്രംശം, അഥവാ ഗ്രാവിറ്റേഷണൽ റെഡ് ഷിഫ്റ്റ് (Gravitational Red shift) എന്നറിയപ്പെടുന്നു. ഇത് നഗ്ന നേത്ര ങ്ങൾക്ക് ഗോചരമായിരിക്കുകയില്ല. അമേരിക്കയിൽ, ഹാർവാർഡ് (Harvard) സർവ്വകലാശാല ക്യാമ്പസിലെ ഒരു കെട്ടിടത്തിന്റെ മുകളിലും താഴെയും നിന്നു നടത്തിയ നിരീക്ഷണങ്ങളിലൂടെ അത് തിട്ടപ്പെടുത്തി.

കെട്ടിടത്തിന്റെ ഉയരം വെറും 74' (22.5 മീറ്റർ) മാത്രമായിരുന്നതു കൊണ്ട് നിസ്സാരമായ വ്യത്യാസമേ പ്രകടമായിരുന്നുള്ളൂ. അത്യന്തം സൂക്ഷ്മഗ്രാഹിയായ ഉപകരണസംവിധാനം ലഭ്യമായിരുന്നതുകൊണ്ടു മാത്രമാണ് അത് അളക്കാൻ കഴിഞ്ഞത്. ലേസറുകളും സെമി കണ്ടക്ട റുകളും ഉൾപ്പെടുന്ന പരിഷ്കൃതമായ ഉപകരണങ്ങൾ ആകട്ടെ ക്വാണ്ടം സിദ്ധാന്തത്തിലധിഷ്ഠിതമായി പ്രവർത്തിക്കുന്നവയുമായിരുന്നു.

34. ഗ്രാവിറ്റേഷൻ സിദ്ധാന്തം:

പ്രയോഗക്ഷമതയും, ചില ദാർശനിക സമസ്യകളും

ശാസ്ത്രചരിത്രത്തിൽ പല ഘട്ടങ്ങളിലും ഗ്രാവിറ്റേഷൻ സിദ്ധാന്ത ത്തിന്റെ പ്രയോഗക്ഷമത തെളിയിക്കപ്പെട്ടിട്ടുള്ളതാണ്. കുളുംനിയമംപോ ലുള്ള പല ഭൗതികശാസ്ത്രനിയമങ്ങളും ന്യൂട്ടന്റെ 'ഗ്രാവിറ്റേഷണൽ പൊട്ടേൻഷ്യൽ' (Gravitational potential) ഫോർമുലയുടെ മാതൃകയിൽ ആവിഷ്കരിച്ചിട്ടുള്ളതാണെന്ന് നമുക്കറിയാം. ഗ്രാവിറ്റേഷന്റെ തന്നെ പുതിയ സിദ്ധാന്തങ്ങളും നിലവിൽ വരുകയുണ്ടായി. അതിനാൽ ചില ഗവേഷകർ ഈ സിദ്ധാന്തങ്ങളെ വർഗ്ഗീകരിക്കാനും (classify) ശ്രമിച്ചി ട്ടുണ്ട്. ഉദാഹരണമായി, പ്രൊഫ. സി എം വിൽ (C M Will) 'പോസ്റ്റ് ന്യൂട്ടോണിയൻ' ഗ്രാവിറ്റേഷൻ സിദ്ധാന്തങ്ങൾ ഇപ്രകാരം പഠനവിധേയ മാക്കിയിട്ടുണ്ട്. മാത്രമല്ല ഗ്രാവിറ്റേഷൻ, ഇലക്ട്രോമാഗ്നറ്റിസം, ക്വാണ്ടം സിദ്ധാന്തം ഇവയെ ബന്ധിപ്പിക്കാനുള്ള പഠനങ്ങളും നടന്നിട്ടുണ്ട്. ഇത്തരം പഠനങ്ങളുടെ ലക്ഷ്യം പ്രധാനമായും പ്രായോഗിക സാദ്ധ്യത കൾ കണ്ടെത്തുക എന്നതാണ്.

സിദ്ധാന്തങ്ങളുടെ സാധുത പരീക്ഷണങ്ങളിലൂടെ തെളിയിക്കുക എന്നത് അനിവാര്യമാണ്. തെളിവുകൾ അനിഷേധ്യമായിരിക്കുകയും വേണം. ഇതിനായി കാൾ പോപ്പർ (Karl Popper) എന്ന പാശ്ചാത്യ ചിന്തകന്റെ മാർഗ്ഗനിർദ്ദേശം ആണ് പൊതുവെ സ്വീകരിക്കപ്പെട്ടിട്ടുള്ളത്.

ഒരു സിദ്ധാന്തത്തിന്റെ 'സൗന്ദര്യം' (beauty) ആണ് അതിന്റെ സ്വീകാര്യതയ്ക്കുള്ള ഒരു മാനദണ്ഡം. ഭൗതികസിദ്ധാന്തങ്ങൾക്ക് ഗണി തീയ സൗന്ദര്യം (Mathematical beauty) ഉണ്ടായിരിക്കണമെന്ന് സൈദ്ധാന്തിക ഭൗതികജ്ഞനായ ഡിറാക് (Dirac) പറഞ്ഞിട്ടുണ്ട്. സാമാ ന്യാപേക്ഷികതാ സിദ്ധാന്തം ഇതിന് ഉത്തമദൃഷ്ടാന്തമായി ചൂണ്ടിക്കാണി ക്കാവുന്നതാണ്.

വിരലിലെണ്ണാവുന്നത്ര പരിമിതമായ വസ്തുതകൾ മാത്രം ഉപയോ ഗപ്പെടുത്തി തികച്ചും നൂതനവും ഗഹനവും ആയ ആശയങ്ങൾ ഉൾക്കൊ ള്ളുന്ന സുന്ദരമായ ഒരു സിദ്ധാന്തം ആവിഷ്കരിക്കാൻ ഐൻസ്റ്റൈൻ എങ്ങനെ കഴിഞ്ഞു എന്നത് ചിന്താർഹമായ കാര്യമാണ്.

33. മറ്റൊരു ഐൻസ്റ്റൈന്റെ വരവ് പ്രതീക്ഷിക്കുന്നു ശാസ്ത്രലോകം

ഇരുപതാം നൂറ്റാണ്ടിലെ മഹത്തായ രണ്ടു ശാസ്ത്ര സംഭവങ്ങളാ യിരുന്നല്ലോ ക്വാണ്ടം സിദ്ധാന്തവും, ആപേക്ഷികതാസിദ്ധാന്തവും. രണ്ടി ന്റെയും വളർച്ചയിൽ ഐൻസ്റ്റൈൻ വഹിച്ച പങ്ക് നിസ്തുലമാണ്. ഇവ യിൽ ആദ്യത്തേതിനെ വളർത്തിക്കൊണ്ടുവന്ന് ഒരു ഘട്ടമെത്തിയപ്പോൾ ഉപേക്ഷിച്ചു എന്നു പറയാം. രണ്ടാമത്തേതിനെ തന്റെ ജീവിതാവസാനം വരെ നെഞ്ചോട് ചേർത്തു പിടിച്ചിരുന്നു.

ഈ രണ്ടു സിദ്ധാന്തങ്ങളും അനേകം പ്രായോഗിക ലക്ഷ്യങ്ങൾ ഇതിനകം നേടിക്കഴിഞ്ഞു. ലോകത്തിലെ പല പ്രതിഭാശാലികളായ ശാസ്ത്രജ്ഞരും കിണഞ്ഞു ശ്രമിച്ചിട്ടും ഈ രണ്ടു വിഷയങ്ങളെയും

കൂട്ടിയിണക്കാൻ ഇനിയും കഴിഞ്ഞിട്ടില്ല. 'ആപേക്ഷികതയുടെ ക്വാണ്ടം സിദ്ധാന്തം' (Quantum Theory of Relativity) എന്ന സ്വപ്നം അവശേഷി ക്കുകയാണ്.

മറ്റൊരു ഐൻസ്റ്റെനു മാത്രമേ ഈ ലക്ഷ്യം നേടാനാകൂ എന്ന് ശാസ്ത്രലോകം വിശ്വസിക്കുന്നു. അതിനായി അവരോടൊപ്പം നമുക്കും ശുഭപ്രതീക്ഷയോടെ കാത്തിരിക്കാം.

ആൽബെർട്ട് ഐൻസ്റ്റൈൻ (1879–1955)
ഒരു ലഘു ജീവചരിത്രം

ജർമ്മനിയിൽ 'ഉലം' (ulm) എന്ന സ്ഥലത്ത് 1879 മാർച്ച് 14-ാം തീയതിയാണ് ആൽബെർട്ട് ഐൻസ്റ്റൈൻ ജനിച്ചത്. വളർന്നത് മ്യൂണിച്ചി (Munich)ലും. പിതാവ്: ഹെർമാൻ ഐൻസ്റ്റൈൻ (Hermann Einstein),

മാതാവ്: പൗലീൻ (Pauline). ലോക ത്തിലെ എക്കാലത്തെയും ഏറ്റവും പ്രതിഭാശാലിയായ ശാസ്ത്രജ്ഞൻ എന്ന ബഹുമതിക്കർഹനായ ഐൻ സ്റ്റൈനിൽ സ്കൂൾ വിദ്യാർഥി ആയി രുന്നപ്പോൾ പ്രതിഭയുടെ ലക്ഷണ മൊന്നും പ്രകടമായിരുന്നില്ല. സ്കൂൾ ഹെഡ്മാസ്റ്ററോട് ഒരിക്കൽ പിതാവ് ചോദിച്ചു: "ഭാവിയിൽ ഏതു മേഖല യിലായിരിക്കും ഇവൻ ശോഭിക്കുക?" മറുപടി നിരാശാജനകമായിരുന്നു: "അതേപ്പറ്റി ഓർത്ത് വിഷമിക്കേണ്ടതി ല്ല, അവൻ ഒന്നുമായിത്തീരുകയില്ല."

ആൽബെർട്ട് ഐൻസ്റ്റൈൻ

സ്കൂളിലെ നിയന്ത്രണങ്ങളുമായി പൊരുത്തപ്പെടാൻ വിദ്യാർത്ഥിയായ ഐൻസ്റ്റൈന് കഴിഞ്ഞിരുന്നില്ല. പോരെങ്കിൽ കത്തോലിക്കാ സ്കൂളിൽ പഠിച്ചിരുന്ന ഏതാനും ജൂത (Jews) കുട്ടികളിൽ ഒരാളായിരുന്നു ഐൻസ്റ്റൈൻ.

കുട്ടിക്കാലത്ത് ഐൻസ്റ്റൈന്റെ താല്പര്യങ്ങളിൽ ഒന്ന് 'സയൻസ്' ആയിരുന്നു. മറ്റൊന്ന് സംഗീതവും. 6 വയസ്സു മുതൽ വയലിൻ പഠിക്കാൻ തുടങ്ങി. ആദ്യമൊന്നും പഠനത്തിൽ കാര്യമായ പുരോഗതി കണ്ടില്ല. വർഷങ്ങൾക്കുശേഷം സംഗീതത്തിന്റെ ഗണിതശാസ്ത്രഘടന (Mathe- matical structure) മനസ്സിലാക്കാൻ കഴിഞ്ഞതോടെ പുരോഗതി ഉണ്ടായി. പിന്നീട് വയലിൻ ഒരു ആയുഷ്കാല അഭിനിവേശമായിത്തീരുകയു ണ്ടായി.

തന്റെ പഠന ലക്ഷ്യങ്ങളെപ്പറ്റി ഐൻസ്റ്റൈന് വ്യക്തമായ ധാരണ ഉണ്ടായിരുന്നു. "പ്രവേശന പരീക്ഷ ജയിക്കാൻ ഭാഗ്യമുണ്ടെങ്കിൽ സ്യൂറി ച്ചിലെ (Zurich) ഫെഡറൽ പോളിടെക്നിക് സ്കൂളിൽ പ്രവേശനം നേടണം. ഗണിതവും, സൈദ്ധാന്തിക ഭൗതികവും പഠിക്കണം. ഈ വിഷ

യങ്ങളിൽ (Mathematics and Theoretical Physics) അദ്ധ്യാപകനാ കണം."

ആർട്സ് വിഷയങ്ങളിൽ തോറ്റുപോയതിനാൽ പോളിടെക്നിക് സ്കൂളിൽ പ്രവേശനം ലഭിച്ചില്ല. അതിനാൽ രക്ഷിതാക്കൾ ഐൻസ്റ്റൈ നെ സ്വിറ്റ്സർലണ്ടിലെ ഒരു സെക്കൻഡറി സ്കൂളിൽ ചേർത്തു. അവി ടത്തെ പഠനം പൂർത്തിയാക്കിയശേഷം സ്യൂറിച്ചിലെ പോളിടെക്നിക് സ്കൂളിൽ പ്രവേശനം നേടി. അവിടെ പഠനം വിജയകരമായി പൂർത്തി യാക്കി 'ഗ്രാഡ്വേറ്റ്' (Graduate) ആയി പുറത്തുവന്നു.

ഏതാണ്ട് അക്കാലത്തുതന്നെ മിലേവ (Mileva)യുമായി പ്രണയ ത്തിലായി. 1903 ൽ അവരെ വിവാഹം കഴിച്ചു. ആ ദാമ്പത്യത്തിൽ ഒരു പെൺകുഞ്ഞ് ജനിച്ചു. രണ്ടു വയസ്സുവരെ മാത്രമേ അത് ജീവിച്ചിരുന്നു ള്ളൂ. 1905 ൽ മകൻ ഹാൻസ് (Hans) ജനിച്ചു. 1905 ഐൻസ്റ്റൈന്റെ ഭാഗ്യവർഷമായിരുന്നു. നാല് ഗവേഷണപ്രബന്ധങ്ങൾ ആ വർഷം തയ്യാ റാക്കാൻ കഴിഞ്ഞു. അനുകൂലമായ അക്കാദമിക് പശ്ചാത്തലത്തിലല്ല ഈ പഠനങ്ങൾ നടന്നത് എന്നത് ആണ് ഏറെ ശ്രദ്ധേയമായ കാര്യം.

അതേ വർഷം മൂന്നു പ്രബന്ധങ്ങൾ *Annals of Physics* എന്ന പ്രശസ്തമായ ജേർണലിന്റെ ഒരേ ലക്കത്തിൽ പ്രസിദ്ധീകരിക്കുകയു ണ്ടായി. ഇവയിൽ ആദ്യത്തേതിൽ, ക്വാണ്ടം സിദ്ധാന്തം അടിസ്ഥാനമാക്കി 'ഫോട്ടോഇലക്ട്രിക് പ്രഭാവ (photo electric effect)ത്തിന് വിശദീകരണം നൽകി. അത്യന്തം വിപ്ലവകരമായ ആശയമായിരുന്നു അതെന്ന് ഐൻ സ്റ്റൈൻ തന്നെ പിൽക്കാലത്ത് പറയുകയുണ്ടായി. കാരണമുണ്ട്: പ്രകാശ ത്തിന്റെ തരംഗസിദ്ധാന്തമാണ് അന്ന് നിലവിലിരുന്നത്. അതിനാൽ 'ഫോട്ടോൺ' (പ്രകാശത്തിന്റെ ക്വാണ്ടം) എന്ന സങ്കല്പം തികച്ചും വിപ്ലവകരമായിരുന്നു. ഈ സിദ്ധാന്തത്തിനാണ് 1921 ൽ ഐൻസ്റ്റൈന് നോബൽ സമ്മാനം ലഭിച്ചത്, ആപേക്ഷികതാ സിദ്ധാന്തത്തിനല്ല. തീർച്ച യായും അതുംകൂടി നോബൽ കമ്മിറ്റി കണക്കിലെടുത്തിട്ടുണ്ടാകും.

രണ്ടാമത്തെ പ്രബന്ധം ദ്രാവകങ്ങളിൽ പൊങ്ങിക്കിടക്കുന്ന പൂമ്പൊ ടിപോലുള്ള പ്ലവഗങ്ങളുടെ ബ്രൗണിയൻ (Brownian) ചലനത്തെ സംബ ന്ധിക്കുന്നതായിരുന്നു. ഇതും മൂന്നാമത്തെ പ്രബന്ധവും ദ്രവ്യത്തിന്റെ തന്മാത്രീയ ഘടന (Molecular structure) സ്ഥാപിക്കുന്നതിന് സഹായ കമായി.

1905 ലെ നാലാമത്തെ പ്രബന്ധത്തിന്റെ ഉള്ളടക്കം വിശിഷ്ടാപേ ക്ഷികതാസിദ്ധാന്തമായിരുന്നു. on the Electrodynamics of Moving Bodies എന്നായിരുന്നു അതിന്റെ ശീർഷകം.

ഈ നാല് വിശിഷ്ട പ്രബന്ധങ്ങളും ഒരേ വർഷമാണ് പ്രത്യക്ഷ പ്പെട്ടത് എന്നതിനാൽ ശാസ്ത്രചരിത്രകാരന്മാർ ഈ രചനാ സമുച്ചയത്തെ ഐസക് ന്യൂട്ടന്റെ 'പ്രിൻസിപ്പിയ'യോട് താരതമ്യപ്പെടുത്തുകയുണ്ടായി.

എടുത്തുപറയേണ്ട മറ്റൊരുകാര്യം ഐൻസ്റ്റൈന്റെ ലളിതസുന്ദര മായ $E = MC^2$ എന്ന സമവാക്യമാണ്. ദ്രവ്യമാനവും ഊർജ്ജവും തമ്മി ലുള്ള ബന്ധം വ്യക്തമാക്കുന്നതും നിർദ്ദോഷമെന്ന് തോന്നിക്കുന്നതും ആയ ഈ സമവാക്യം, ഏതാനും ആറ്റങ്ങളെ ഭേദിച്ച് രൂപാന്തരണപ്പെടു

ത്തിയാൽ ലഭിക്കുന്ന സീമാതീതമായ ഊർജ്ജഭണ്ഡാരത്തിലേക്ക് വിരൽ ചൂണ്ടുന്നു.

1909 ൽ സ്യൂറിച്ച് യൂണിവേഴ്സിറ്റിയിൽ സൈദ്ധാന്തിക ഭൗതിക ത്തിന്റെ പ്രൊഫസറായി ഐൻസ്റ്റൈൻ നിയമനം ലഭിച്ചു. ഏതാനും വർഷങ്ങൾക്കുശേഷം താൻ ആഗ്രഹിച്ചിരുന്നതുപോലെ സ്യൂറിച്ചിലെ ഫെഡറൽ പോളിടെക്നിക് സ്ഥാപനത്തിൽ പ്രൊഫസറായി വരാനും സാധിച്ചു.

ഇതിനിടെ ഡോക്ടറേറ്റ് ബിരുദത്തിനുള്ള പഠനങ്ങളും പൂർത്തിയാ ക്കി. പഠന റിപ്പോർട്ട് സ്യൂറിച്ച് യൂണിവേഴ്സിറ്റിക്ക് സമർപ്പിച്ചു. അധികം താമസിയാതെ യൂണിവേഴ്സിറ്റിയുടെ അംഗീകാരം ലഭിക്കുകയുണ്ടായി. തന്മാത്രകളുടെ വലിപ്പം കൃത്യമായി കണ്ടുപിടിക്കാനുതകുന്ന പഠനങ്ങ ളായിരുന്നു റിപ്പോർട്ടിന്റെ ഉള്ളടക്കം. പ്ലാങ്കിന്റെ റേഡിയേഷൻ ഫോർമുല പരീക്ഷണവിധേയമാക്കാനുള്ള കുറ്റമറ്റ ഉപാധിയെന്ന നിലയിൽ ഇത് അതീവ പ്രാധാന്യമർഹിക്കുന്ന വിഷയമായിരുന്നു. കൂടാതെ, അണു സങ്കല്പത്തിന് തെളിവു നല്കുന്ന പ്രഥമ പഠനമെന്ന നിലയിലും ഇത് പരമപ്രാധാന്യമർഹിക്കുന്നു.

ഐൻസ്റ്റൈൻ ഡോക്ടറേറ്റ് നല്കാൻ വേണ്ടി, അദ്ദേഹം സമർപ്പിച്ച റിപ്പോർട്ട് മൂല്യനിർണയം നടത്തുന്നതിന് ചില പ്രതിബന്ധങ്ങൾ മറി കടക്കേണ്ടതുണ്ടായിരുന്നു. ഒന്നാമത്, ഇതിനായി, ശുദ്ധസൈദ്ധാന്തിക പഠനം മുമ്പ് സ്വീകരിച്ച കീഴ്‌വഴക്കം ഉണ്ടായിരുന്നില്ല. മാത്രമല്ല, ഒരു അംഗീകൃത റിസർച്ച്ഗൈഡിന്റെ നിർദ്ദേശമില്ലാതെ സ്വമേധയാ തെര ഞ്ഞെടുത്ത പഠനവും ആയിരുന്നല്ലോ. സാധാരണഗതിയിൽ ഒരു യൂണി വേഴ്സിറ്റിയെ സംബന്ധിച്ചിടത്തോളം അതും അസ്വീകാര്യം തന്നെ.

ആപേക്ഷികതാ സിദ്ധാന്തത്തിന്റെ പ്രസിദ്ധീകരണത്തെത്തുടർന്ന് മറ്റുപല സ്ഥാനമാനങ്ങളും ഐൻസ്റ്റൈനെ തേടിയെത്തി. എന്നാൽ ഇതി നിടയിൽ ജീവിതത്തിൽ അധോഗതിയും സംഭവിച്ചു. 1914 ൽ ബെർലിൻ യൂണിവേഴ്സിറ്റിയിൽ പ്രൊഫസർ ആയി. അതേവർഷംതന്നെ മിലേവ വിവാഹമോചനത്തിനുള്ള നടപടികളും ആരംഭിച്ചു. അധികം താമസി യാതെ ഐൻസ്റ്റൈൻ രോഗബാധിതനായി. അപ്പോൾ ശുശ്രൂഷിച്ചതും ആരോഗ്യം വീണ്ടെടുക്കാൻ സഹായിച്ചതും അകന്ന ബന്ധുവായ എൽസാ (Elsa) ആയിരുന്നു. ആ അടുപ്പം 1919 ൽ വിവാഹബന്ധത്തിൽ കലാശിച്ചു.

1919 ൽ പ്രശസ്ത വാനനിരീക്ഷകനും ജ്യോതിശാസ്ത്രജ്ഞനുമായ സർ. ആർതർ എഡ്ഡിങ്ടൺ (sir. Arthur Eddington) സൂര്യഗ്രഹണ സമ യത്ത് നടത്തിയ നിരീക്ഷണങ്ങളിലൂടെ ആപേക്ഷികതാ സിദ്ധാന്തത്തിന് തെളിവു കണ്ടെത്തി. സൂര്യന്റെ ഗുരുത്വ മണ്ഡലത്തിൽ വിദൂര നക്ഷത്ര ത്തിൽനിന്നുവരുന്ന പ്രകാശ കിരണങ്ങൾക്ക് സംഭവിക്കുന്ന ദിശാമാറ്റം രേഖപ്പെടുത്താൻ രണ്ട് നിരീക്ഷണസംഘങ്ങളെ എഡ്ഡിങ്ടൺ നിയോ ഗിച്ചു. ഒരു സംഘം ബ്രസീലിലേക്കും, മറ്റേ സംഘം പശ്ചിമ ആഫ്രിക്ക യിലേക്കും പുറപ്പെട്ടു. 1919 മേയ് 29 ലെ സമ്പൂർണ സൂര്യഗ്രഹണ (Total Solar Eclipse)ത്തിന്റെ ചിത്രങ്ങൾ എടുക്കുകയായിരുന്നു ലക്ഷ്യം.

സാധാരണ സമയത്ത് സൂര്യപ്രകാശത്തിന്റെ ഉജ്ജ്വലപ്രഭ കാരണം നക്ഷത്രത്തിൽനിന്നു വരുന്ന പ്രകാശകിരണങ്ങളെ വേർതിരിച്ചറിയാൻ കഴിയില്ല. സൂര്യഗ്രഹണസമയത്ത് സൂര്യപ്രഭ മങ്ങുമ്പോൾ അനുകൂല മായ സാഹചര്യമുണ്ടാകും. അങ്ങനെ നടത്തിയ നിരീക്ഷണങ്ങളിലൂടെ ഐൻസ്റ്റൈന്റെ സിദ്ധാന്തം ശരിയെന്നു തെളിയിക്കാൻ കഴിഞ്ഞു. അതോടെ ഐൻസ്റ്റൈന്റെ പ്രശസ്തി ലോകമെങ്ങും പരന്നു.

ഇതിനകം ജർമ്മനിയിൽ ഹിറ്റ്ലർ (Hitlar) ഭരണാധികാരിയായി. ഹിറ്റ്ലറുടെ ഭരണകൂടം ജൂതന്മാരെ പീഡിപ്പിക്കുകയും രാജ്യം വിട്ടുപോ കാൻ നിർബ്ബന്ധിതരാക്കുകയും ചെയ്തു. ഈ പ്രതികൂല സാഹചര്യം ഐൻസ്റ്റൈനെപ്പോലുള്ള ശാസ്ത്രജ്ഞരെയും ബാധിച്ചു.

ഐൻസ്റ്റൈൻ അമേരിക്കയിലെത്തി. ന്യൂജെഴ്സിയിൽ (New Jersey) പ്രിൻസ്ടൺ യൂണിവേഴ്സിറ്റിക്കു സമീപം താമസമാക്കി. 1932 ൽ അദ്ദേഹം പ്രിൻസ്ടൺ യൂണിവേഴ്സിറ്റിയിൽ തീയറിക്കൽ ഫിസിക്സ് പ്രൊഫസർ ആയി സ്ഥാനമേറ്റു. അവിടത്തെ ഫിസിക്സ് ഫാക്കൾട്ടി അദ്ദേഹത്തെ ആദരപൂർവ്വം സ്വീകരിച്ചു.

1939 ൽ രണ്ടാംലോക മഹായുദ്ധം ആരംഭിച്ചു. ജർമ്മനി ന്യൂക്ലിയാർ ബോംബ് നിർമ്മിക്കുമോ എന്ന് ഐൻസ്റ്റൈന് സംശയമുണ്ടായിരുന്നു. അത് ഒരു കത്തിലൂടെ അമേരിക്കൻ പ്രസിഡന്റ്, റൂസ്വെൽറ്റിനെ അറി യിച്ചു. കത്തിൽ അമേരിക്ക എത്രയും വേഗം ന്യൂക്ലിയാർ (ബോംബു) പരീക്ഷണങ്ങൾ ആരംഭിക്കണമെന്ന് ആവശ്യപ്പെടുകയും ചെയ്തു. ആ കത്ത് അണുബോംബ് നിർമ്മാണം ലക്ഷ്യമാക്കി നടപ്പിലാക്കിയ മൻഹാ റ്റൻ പ്രോജക്ട് ആസൂത്രണം ചെയ്യുന്നതിനിടയാക്കി. യുദ്ധാനന്തരം, നേരത്തെ നടത്തിയിരുന്ന സമാധാന പ്രവർത്തനങ്ങൾ പുനരാരംഭിച്ചു. അനേക വർഷങ്ങളായി സിയോണിസ്റ്റ് പ്രസ്ഥാനത്തിന് നൽകി വന്ന പിന്തുണയും സഹായവും പരിഗണിച്ച്, 1952 ൽ ഇസ്രായേലിന്റെ പ്രസി ഡന്റ് പദത്തിലേക്ക് ക്ഷണിക്കപ്പെട്ടു. എന്നാൽ വിനയപൂർവ്വം ഐൻ സ്റ്റൈൻ അത് നിരസിച്ചു. താൻ അതിന് യോഗ്യനല്ലെന്ന് ബന്ധപ്പെട്ടവരെ അറിയിച്ചു.

മരിക്കുന്നതിന് ഒരാഴ്ചമുമ്പ് പ്രശസ്ത ദാർശനികനായ ബെർട്രാൻ ഡ് റസ്ലിന് കത്ത് എഴുതി: "എല്ലാ രാഷ്ട്രങ്ങളും അണു ആയുധങ്ങൾ ഉപേക്ഷിക്കണമെന്ന അഭ്യർത്ഥനയിൽ ഒപ്പുവയ്ക്കാൻ ഞാൻ തയ്യാറാ ണ്." 1955 ഏപ്രിൽ 18 ന് ഹൃദയാഘാതംമൂലം ആ അതുല്യ പ്രതിഭാ ശാലി കാലയവനികയ്ക്കുള്ളിൽ മറഞ്ഞു.

ഗ്രന്ഥസൂചി

1. *Einstein: The Life and Times,* Ronald W Clark, Avon Books, New York.
2. *Einstein's Miraculous Year Ed.,* John Stachel, Princeton University Press, USA.
3. *Images of Twenteeth Century Physics,* N Mukunda Jawaharlal Nehru Centre for Advanced Scientific Research, Hyderabad.
4. *Introduction to the theory of Relativity,* Peter Gabriel Bergman, Prentice Hall of India, New Delhi.
5. *On the Shoulders of Giants: Ed.,* Stephen Hawking, Running Press, London.
6. $E = mc^2$ *:* David Bodanis, Walker Company, New York.
7. *Einstein and Religion :* Max Jammer, Priceton University Press, Princeton, New Jersey, USA.
8. *Introduction to the Theory of Relativity,* W G V Rosser, Butterworths, London.
9. *Einstein Decoding the Universe,* Francoise Baliber, Harry Abrams Inc., New York.
10. *Understanding Special Theory of Relativity.* Dr. Y R Wagmare IIT, Kanpur, Vikas Publishing House Private Limited, New Delhi.